തൊഴിലാളിവർഗ്ഗത്തിന്റെ വിപ്ലവ ബഹുജനപ്പാർട്ടി

thozhilali vargathinte viplava bahujana party

•

e m s

•

first edition
april 1997

•

second edition
december 2017

•

published
chintha publishers, thiruvananthapuram

•

typesetting
star communications, thiruvananthapuram

•

cover
midas

വിതരണം

ദേശാഭിമാനി ബുക്ക് ഹൗസ്

H O തിരുവനന്തപുരം-695 035
phone: 0471-2303026, 6063026
www.chinthapublishers.com
chinthapublishers@gmail.com

ബ്രാഞ്ചുകൾ

ഹെഡ്ഓഫീസ് ബ്രാഞ്ച് കുന്നുകുഴി • സ്റ്റാച്യു തിരുവനന്തപുരം • കെ എസ് ആർ ടി സി ബസ് സ്റ്റേഷൻ ആലപ്പുഴ • കെ എസ് ആർ ടി സി ബസ് സ്റ്റേഷൻ എറണാകുളം • മച്ചിങ്ങൽ ലെയ്ൻ തൃശൂർ • ഐ ജി റോഡ് കോഴിക്കോട് • മാവൂർ റോഡ് കോഴിക്കോട് • എൻ ജി ഒ യൂണിയൻ ബിൽഡിങ് കണ്ണൂർ • സെൻട്രൽ ബസ് ടെർമിനൽ കോംപ്ലക്സ് താവക്കര കണ്ണൂർ

CR - 1785 / 4506
ISBN - 978-93-86637-62-8

തൊഴിലാളിവർഗ്ഗത്തിന്റെ
വിപ്ലവ ബഹുജനപ്പാർട്ടി

ഇ എം എസ്

ചിന്ത പബ്ലിഷേഴ്സ്
തിരുവനന്തപുരം-695 035

ഇ എം എസ് കുടുംബം

ഇ എം ശങ്കരൻ നമ്പൂതിരിപ്പാട്

ഭാര്യ : ആര്യ അന്തർജ്ജനം

മക്കൾ : എസ് മാലതി ദാമോദരൻ
ഇ എം ശ്രീധരൻ
ഇ എം രാധ
എസ് ശശി

ഉള്ളടക്കം

പ്രസാധകക്കുറിപ്പ്

ബൂർഷ്വാ പാർലമെന്ററി അവസരവാദവും ഇടതുപക്ഷ അവസരവാദവും വിപ്ലവബഹുജനപ്പാർട്ടിക്ക് ഒരേപോലെ അപകടകരമാണ്. ഇത്തരം കടന്നുകയറ്റങ്ങൾക്ക് വിധേയമാവാതെ പാർട്ടിയെ കാത്ത് സൂക്ഷിക്കുന്നതിനുള്ള പ്രസ്ഥാനമാണ് പാർട്ടിയിൽ നടക്കുന്ന തെറ്റുതിരുത്തൽ പ്രസ്ഥാനം. ഇതിനെ സംബന്ധിച്ച് ഇ എം എസ് എഴുതി ചിന്ത 1997 ഏപ്രിലിൽ പ്രസിദ്ധീകരിച്ചതാണ് *തൊഴിലാളി വർഗ്ഗത്തിന്റെ വിപ്ലവ ബഹുജനപ്പാർട്ടി* എന്ന ഈ ലഘുപുസ്തകം.

ഇത്തരം ഒരു പുസ്തകത്തിന് ഇന്നു വർദ്ധിച്ചു വരുന്ന പ്രസക്തി കണക്കിലെടുത്ത് ഇത് ഞങ്ങൾ വീണ്ടും പ്രസിദ്ധീകരിക്കുകയാണ്. ഇതു വൻതോതിൽ സ്വീകരിക്കപ്പെടും എന്നു ഞങ്ങൾക്ക് ഉറപ്പുണ്ട്.

ചിന്ത പബ്ലിഷേഴ്സ്

ആമുഖം

വിമർശന-സ്വയം വിമർശനങ്ങൾ മാർക്സിസ്റ്റ്-ലെനിനിസ്റ്റ് പാർട്ടിക്ക് അനുപേക്ഷണീയമാണ്. എന്തുകൊണ്ടെന്നാൽ ബൂർഷ്വാ സമൂഹത്തിൽ തൊഴിലാളി വർഗ്ഗ വിപ്ലവത്തിനു വേണ്ടി പ്രവർത്തിക്കുന്ന മാർക്സിസ്റ്റ്-ലെനിനിസ്റ്റ് പാർട്ടിയിലേക്ക് ബൂർഷ്വാ- ഫ്യൂഡൽ ആശയങ്ങൾ സദാ കടന്നുവരും. അവയാണ് ഇടതും വലതും രണ്ടും ചേർന്നതുമായ പാളിച്ചകളായി മാർക്സിസ്റ്റ്-ലെനിനിസ്റ്റ് പാർട്ടിക്കകത്ത് പ്രത്യക്ഷപ്പെടുന്നത്. അവയ്ക്കെതിരെ നിരന്തരം സമരം നടത്തുന്നത് പാർട്ടിയുടെ വളർച്ചയ്ക്ക് അനുപേക്ഷണീയമാണ്.

ഇന്ത്യൻ കമ്യൂണിസ്റ്റ് പ്രസ്ഥാനത്തിന്റെ ചരിത്രത്തിൽ ഇതു നടന്നിട്ടുണ്ട്. ആദ്യകാലത്ത് കോൺഗ്രസ് ഒരു ബൂർഷ്വാ സംഘടന ആകയാൽ അതിൽ പ്രവർത്തിക്കാതെ ഒഴിഞ്ഞുനില്ക്കാനുള്ള ഒരു പ്രവണതയുണ്ടായിരുന്നു. അതിനെതിരായ സമരത്തിലൂടെയാണ് 1936 ൽ കോൺഗ്രസ് മുൻനിന്നുകൊണ്ടുള്ള ഒരു സാമ്രാജ്യവിരുദ്ധ മുന്നണി കെട്ടിപ്പടുക്കുകയെന്ന സമീപനം പാർട്ടി അംഗീകരിച്ചത്.

ഈ പുതിയ നയം നടപ്പിൽ വരുത്തുന്നതിനിടയ്ക്ക് വലതുപക്ഷ വ്യതിയാനം പാർട്ടിക്കകത്ത് കടന്നുകൂടി. 1942 തൊട്ട് 1946 വരെയാണ് ഇത് പാർട്ടിയിൽ കൊടികുത്തി വാണത്.

1948 ൽ ആ വ്യതിയാനം തിരുത്തി. പക്ഷേ, പാർട്ടി ഇടതുപക്ഷ വ്യതിയാനത്തിനിരയായി. അത് മാറ്റിയത് 1951 ലെ പാർട്ടി പരിപാടിയും നയപ്രഖ്യാപന രേഖയും അംഗീകരിച്ചപ്പോഴാണ്.

പക്ഷേ, 1950 കളുടെ ആദ്യവർഷങ്ങളിൽ വീണ്ടും വലതുപക്ഷവ്യതിയാനം തലപൊക്കി. അതിനെതിരായി ആശയരംഗത്തും സംഘടനാരംഗത്തും നടന്ന സമരം 1964 ലെ പിളർപ്പിലെത്തി.

ആ പിളർപ്പിൽ നിന്നുളവായ സി പി ഐ (എം) നകത്തും ആദ്യം ഇടതുപക്ഷത്തിന്റെ സ്വാധീനം വ്യാപകമായി. അതാണ് നക്സലിസമായി പ്രത്യക്ഷപ്പെട്ടത്. നക്സലിസത്തെ തോല്പിച്ചതിനുശേഷവും ആ പ്രവണത മറ്റൊരു രൂപത്തിൽ പ്രത്യക്ഷപ്പെട്ടു. ജനതാ പാർട്ടി, ജനതാദൾ മുതലായവയോടുള്ള സമീപനത്തിൽ ഇടതുപക്ഷ വ്യതിയാനത്തെ പരാജയപ്പെടുത്തിയത് ജലന്ധർ കോൺഗ്രസിലാണ്. അതോടെ ബൂർഷ്വാ പ്രതിപക്ഷ കക്ഷികളുമായി സഹകരിക്കുന്നതോടൊപ്പം തന്നെ പാർട്ടിയുടെ സ്വതന്ത്ര പ്രവർത്തനത്തിന് ഊന്നൽ നല്കുകയെന്ന സമീപനം അംഗീകരിക്കപ്പെട്ടു. അത് നടപ്പിൽ വരുത്താൻ തുടങ്ങിയപ്പോൾ വലതുപക്ഷ വ്യതിയാനത്തിന്റെ ലാഞ്ഛനകൾ കാണാൻ തുടങ്ങി. അതിലേക്ക് വിരൽ ചൂണ്ടിക്കൊണ്ട് ബൂർഷ്വാ പാർലമെന്ററി അവസരവാദം പാർട്ടിക്കകത്ത് ഒരു ഭീഷണിയായി ഉയർന്നുവന്നിരിക്കുന്നുവെന്ന് 15-ാം പാർട്ടി കോൺഗ്രസ് ചൂണ്ടിക്കാണിച്ചു. അതിനെതിരായ സമരം നടത്തുമ്പോൾ വീണ്ടും ഇടതുപക്ഷ വ്യതിയാനം വരാനിടയുണ്ട്. അതിനെതിരെ ജാഗ്രത പുലർത്തുമ്പോൾ തന്നെ ഇന്ന് പാർട്ടിയെ നേരിട്ടിട്ടുള്ള പ്രധാന വിപത്ത് ബൂർഷ്വാ പാർലമെന്ററി അവസരവാദമാണെന്ന് മനസ്സിലാക്കേണ്ടിയിരിക്കുന്നു. ലെനിൻ ചൂണ്ടിക്കാണിച്ചതുപോലെ വലതുപക്ഷത്തിന്റെയും ഇടതുപക്ഷത്തിന്റെയും വ്യതിയാനങ്ങൾ പരസ്പര വിരുദ്ധമല്ല. പരസ്പര പൂരകമാണ്.

ഈ കാഴ്ചപ്പാട് വെച്ച് ഇന്ന് ഭീഷണിയായിത്തീർന്നിട്ടുള്ള ബൂർഷ്വാ പാർലമെന്ററി അവസരവാദത്തെ തുടച്ചു നീക്കുന്നതോടൊപ്പംതന്നെ ഇടതുപക്ഷ അവസരവാദം കടന്നുവരാതെ സൂക്ഷിക്കുക കൂടി ചെയ്യാനുള്ള പ്രസ്ഥാനമാണ് ഇന്നു നടക്കുന്ന തെറ്റു തിരുത്തൽ പ്രസ്ഥാനം.

1

സാൽക്കിയ സമ്മേളനത്തിന്റെ കാഴ്ചപ്പാട്

ആയിരത്തിത്തൊള്ളായിരത്തി എഴുപത്തിരണ്ടിൽ മധുരയിലും 1978 ൽ ജലന്ധറിലും ചേർന്ന സി പി ഐ (എം) ന്റെ 9 ഉം 10 ഉം കോൺഗ്രസുകൾ ഇന്ത്യൻ കമ്യൂണിസ്റ്റ് പ്രസ്ഥാനത്തിന്റെ ചരിത്രത്തിൽ നിർണ്ണായകമായ സംഭവങ്ങളായിരുന്നു. 1964 ലെ പിളർപ്പിനെത്തുടർന്ന് സി പി ഐ (എം), സി പി ഐ എന്ന രണ്ട് പാർട്ടികൾ തമ്മിലുള്ള ബന്ധം വഷളായതിന്റെ അനുഭവങ്ങൾ ക്രോഡീകരിക്കുന്ന സമ്മേളനങ്ങളായിരുന്നു അവ.

1967–69 ൽ കേരളത്തിലും പശ്ചിമബംഗാളിലും നിലവിലിരുന്ന ഇടതുപക്ഷ ഗവൺമെന്റുകളെ സി പി ഐയുടെ സഹായത്തോടെ കോൺഗ്രസ് അട്ടിമറിച്ചുകഴിഞ്ഞിരുന്നു. പശ്ചിമബംഗാളിലാകട്ടെ. 'അർദ്ധ ഫാസിസം' എന്ന് വിളിക്കപ്പെട്ടിരുന്ന ഒരു ഭരണസംവിധാനത്തിന് കോൺഗ്രസ് രൂപംനല്കിയിരുന്നു. അതിന് സി പി ഐ പിന്തുണ നല്കുകയായിരുന്നു. കേരളത്തിലും പശ്ചിമബംഗാളിനോളം ഉയർന്ന രൂപത്തിലല്ലെങ്കിലും ക്രൂരമായ പൊലീസ് മർദ്ദനവും ഗുണ്ടാ ആക്രമണങ്ങളും നടക്കുകയായിരുന്നു. ഈ സ്ഥിതിവിശേഷം വിലയിരുത്തി നയപരിപാടികൾ ആവിഷ്കരിക്കുകയായിരുന്നു മധുരാ കോൺഗ്രസ്

പശ്ചിമബംഗാളിൽ അഴിച്ചുവിട്ട അർദ്ധ ഫാസിസ്റ്റ് ഭരണസംവിധാനം ഇന്ത്യയിലാകെ വരാൻ പോവുന്ന സംഭവവികാസങ്ങളുടെ മുന്നോടിയാണെന്ന് മധുര കോൺഗ്രസ് വിലയിരുത്തി. അതിന് സി പി ഐയും മറ്റ് ചില ഇടതുപക്ഷ ഗ്രൂപ്പുകളും പിന്തുണ നല്കുന്നതിനെ കോൺഗ്രസ് തുറന്നുകാട്ടി. പക്ഷേ, ഇത് ശാശ്വതമാകാൻ പോകുന്നില്ലെന്ന് കോൺഗ്രസ് ഉറപ്പിച്ചു പറഞ്ഞു. സമീപഭാവിയിൽത്തന്നെ സി പി ഐയും മറ്റ് ചില ഇടതുപക്ഷ ഗ്രൂപ്പുകളും കോൺഗ്രസ് ഭരണത്തിനെതിരായ പ്രതിപക്ഷ

മുന്നണിയിലേക്ക് തിരിച്ചുവരുമെന്ന ശുഭാപ്തി വിശ്വാസം കോൺഗ്രസ് പ്രകടിപ്പിച്ചു. അവയെക്കൂടി ഉൾക്കൊള്ളിച്ചുകൊണ്ടുള്ള ഇടതുപക്ഷ മുന്നണി എന്ന കാഴ്ചപ്പാട് കോൺഗ്രസ് ആവിഷ്കരിച്ചു.

സി പി ഐ (എം) നോ മറ്റ് ഇടതുപക്ഷ പാർട്ടികൾക്കോ മാത്രമല്ല, ജനാധിപത്യ പ്രസ്ഥാനത്തിനാകെ ഭീഷണി ഉയർത്തുന്ന ഒരു സംവിധാനത്തിന്റെ നേതാവാണ് ഇന്ദിരാഗാന്ധിയെന്ന് കോൺഗ്രസ് വിലയിരുത്തി. രാജ്യത്ത് കോൺഗ്രസിന്റേതായ ഏകകക്ഷി മേധാവിത്തം. ഭരണകക്ഷിക്കകത്തുതന്നെ ഇന്ദിരാഗാന്ധിയുടെ വ്യക്തിമേധാവിത്തം എന്നിവയാണ് രൂപപ്പെട്ടുവരുന്നതെന്ന് കോൺഗ്രസ് അഭിപ്രായപ്പെട്ടു. ഈ സാഹചര്യത്തിൽ ഇടതുപക്ഷക്കാരുടേതിനേക്കാൾ എത്രയോ വിപുലമായ ഒരു ജനാധിപത്യമുന്നണി രൂപപ്പെടാനുള്ള സാഹചര്യം വളർന്നു വരികയാണ്.

ഈ ദീർഘദർശനം തികച്ചും ശരിയാണെന്ന് തെളിയിക്കും വിധത്തിലാണ് പിന്നീട് സംഭവഗതികൾ നീങ്ങിയത്. ഇന്ദിരാ ഗവൺമെന്റിന്റെ സ്വേച്ഛാധിപത്യ നീക്കത്തിനെതിരെ ബൂർഷ്വാ ജനാധിപത്യവാദികളും ഇടതുപക്ഷത്തുള്ള സോഷ്യലിസ്റ്റുകാരും ചേർന്ന ശക്തമായ ഒരു പ്രതിരോധനിര ഉയർന്നുവന്നു. അതിന്റെ വളർച്ചയിലൂടെയാണ് 'ജെ പി പ്രസ്ഥാന'മെന്നറിയപ്പെടുന്ന ജനാധിപത്യ സംരക്ഷണ നീക്കം രൂപപ്പെട്ടത്. 1975 ൽ പ്രഖ്യാപിച്ച അടിയന്തരാവസ്ഥയോടുകൂടി ഈ പ്രസ്ഥാനം കുറെക്കൂടി വ്യാപകവും ശക്തവുമായി. അതിന്റെ പരിണാമമാണ് 1977 ൽ നടന്ന ലോകസഭാ-നിയമസഭാ തിരഞ്ഞെടുപ്പുകളും തുടർന്ന് രൂപപ്പെട്ട കേന്ദ്ര സംസ്ഥാന ജനതാ ഗവൺമെന്റുകളും.

ഈ സംഭവവികാസങ്ങളെ വിലയിരുത്താനാണ് 1978 ൽ പാർട്ടിയുടെ പത്താം കോൺഗ്രസ് ജലന്ധറിൽ ചേർന്നത്. ജനതാപാർട്ടിയെയും അതിന്റെ ഗവൺമെന്റിനെയും കോൺഗ്രസ് വിലയിരുത്തി. അടിസ്ഥാനപരമായ വർഗ്ഗസ്വഭാവത്തിൽ കോൺഗ്രസിന്റേതിനോട് താരതമ്യപ്പെടുത്താവുന്നതാണെങ്കിലും, ഇന്ദിരാ കോൺഗ്രസിന്റെ ഏകാധിപത്യ നീക്കത്തിനെതിരെ പോരാടുന്ന ഒന്നാണ് ജനതാപാർട്ടിയും ഗവൺമെന്റുമെന്ന് പാർട്ടി അഭിപ്രായപ്പെട്ടു. ആ നിലയ്ക്ക് ജനതാപാർട്ടിക്കും ഗവൺമെന്റിനും വെളിയിൽ നിന്ന് പിന്തുണ നല്കുമ്പോൾത്തന്നെ, ജനതാപാർട്ടിയുടെയും ഗവൺമെന്റിന്റെയും ബൂർഷ്വാ വർഗ്ഗ സ്വഭാവമായ ഏകാധിപത്യ പ്രവണത അതിലും പ്രത്യക്ഷപ്പെടുമെന്നായിരുന്നു പാർട്ടിയുടെ വിലയിരുത്തൽ. ജനതാ പാർട്ടിയിൽത്തന്നെയുള്ള ജനസംഘം, ബി കെ സി എന്നിവയാകട്ടെ വലതുപക്ഷ ബൂർഷ്വാ രാഷ്ട്രീയത്തിന്റെ വക്താക്കളാണ്. ജനസംഘം നഗ്നമായ വർഗ്ഗീയതയുടെയും ആ നിലയ്ക്ക് ഈ രണ്ട് വലതുപക്ഷ വർഗ്ഗീയശക്തികൾക്കുമെതിരെ ആക്രമണം കേന്ദ്രീകരിച്ചു കൊണ്ടായിരിക്കണം ജനതാപാർട്ടിക്കും അതിന്റെ ഗവൺമെന്റിനും സി പി ഐ (എം) പിന്തുണ നല്കുന്നതെന്ന് കോൺഗ്രസ് നിർദ്ദേശിച്ചു.

ഇതിന്റെ അടിസ്ഥാനത്തിൽ ഇന്ദിരാ കോൺഗ്രസിന്റെ സ്വേച്ഛാധിപത്യ നീക്കത്തിനെതിരെ ജനാധിപത്യ ശക്തികളുടെയും ജനതാപാർട്ടിക്കകത്തെ

വലതുപക്ഷ വർഗ്ഗീയശക്തികൾക്കെതിരെ ഇടതുപക്ഷ ജനാധിപത്യ ശക്തികളുടെയും ഐക്യം കെട്ടിപ്പടുക്കുക എന്ന കാഴ്ചപ്പാട് 10–ാം കോൺഗ്രസ് ആവിഷ്കരിച്ചു. അങ്ങനെ സി പി ഐ (എം)ന്റെ സ്വതന്ത്രമായ പ്രവർത്തനം, മറ്റിടതുപക്ഷ പാർട്ടികൾ ചേർന്നു കൊണ്ടുള്ള ഐക്യ പ്രവർത്തനം, ഇടതുപക്ഷ സ്വഭാവമില്ലാത്തതെങ്കിലും ഏകാധിപത്യ പ്രവണതക്കെതിരെ പോരാടുന്നവരുടെ വിശാലമായ ഐക്യം- എന്നിവയടങ്ങുന്ന ഒരു കാഴ്ചപ്പാട് 10–ാം കോൺഗ്രസ് ആവിഷ്കരിച്ചു.

ഈ കാഴ്ചപ്പാടോടെ പ്രായോഗിതലത്തിൽ പ്രവർത്തിക്കണമെങ്കിൽ പാർട്ടിയുടെ സംഘടനാ പ്രവർത്തനം അടിമുടി മാറ്റേണ്ടതാണ്. അത് വിശദമായി ചർച്ച ചെയ്യാൻ സമയമില്ലാതിരുന്നതിനാൽ അതിന്റെ ചർച്ചയ്ക്ക് ഒരു പ്രത്യേക സമ്മേളനം (പ്ലീനം) ചേരണമെന്ന് കോൺഗ്രസ് നിർദ്ദേശിച്ചു. അതനുസരിച്ചാണ് 1978 ഡിസംബറിൽ പശ്ചിമ ബംഗാളിലെ സാൽക്കിയയിൽ പ്ലീനം ചേർന്നത്. അതിന്റെ പ്രധാന തീരുമാനം “ഇന്ത്യൻ തൊഴിലാളി വർഗ്ഗത്തിന്റെ വിപ്ലവ ബഹുജനപാർട്ടി”യായി സി പി ഐ (എം) മാറണമെന്നായിരുന്നു. അതിന്റെ പ്രാധാന്യം ഊന്നിപ്പറഞ്ഞുകൊണ്ട് സാൽക്കിയാ പ്ലീനം അംഗീകരിച്ച സംഘടനാ റിപ്പോർട്ടിൽ ഇങ്ങനെ പറഞ്ഞു:

> 10–ാം പാർട്ടി കോൺഗ്രസിന്റെ രാഷ്ട്രീയ പ്രമേയത്തിലെത്തിയ നിഗമനങ്ങൾ സംഘടനയെ മൗലികമായി മെച്ചപ്പെടുത്തുന്നതിനുള്ള അടിത്തറ പാകുന്നു. കാരണം, രാജ്യത്ത് പ്രകടമാവാൻ തുടങ്ങിയിട്ടുള്ള ഇടതുപക്ഷ ജനാധിപത്യശക്തികളുടെ ഐക്യത്തിനുവേണ്ടിയുള്ള സമരത്തിൽ പാർട്ടി കൂടുതൽ ഗണനീയമായ ശക്തിയായിത്തീരുകയാണെന്ന് രാഷ്ട്രീയ പ്രമേയത്തെക്കുറിച്ചുള്ള ചർച്ചകൾ കാണിക്കുന്നു.
>
> വാസ്തവത്തിൽ രാജ്യത്തെ രാഷ്ട്രീയശക്തികളുടെ മൗലികമായ പുനഃസംവിധാനം സാദ്ധ്യമാകുന്നത് പാർട്ടിയുടെ ഏറ്റവും പ്രധാന കടമയായി രാഷ്ട്രീയ പ്രമേയം ഊന്നിപ്പറഞ്ഞിരുന്നു. ഇടതുപക്ഷ ജനാധിപത്യശക്തികളുടെ ദേശീയാടിസ്ഥാനത്തിലുള്ള ഐക്യമുന്നണി നിലവിൽ വരുത്തുന്ന പുനഃസംവിധാനമാണത്. കോൺഗ്രസ്, ജനത എന്നീ രണ്ട് ബൂർഷ്വാ-ഭൂപ്രഭു കൂട്ടുകെട്ടുകൾക്കുമുള്ള ഏക പുരോഗമനബദൽ ഇടതുപക്ഷ ജനാധിപത്യ ശക്തികൾ മാത്രമാണ്. പ്രമേയം ഇങ്ങനെ പറയുന്നു:
>
> നിലവിലുള്ള രാഷ്ട്രീയബന്ധം മാറ്റുകയും ബഹുജനങ്ങളെ നയിക്കുന്നതിന് പ്രവർത്തനക്ഷമമായ ഒരു ബദൽശക്തിയെ മുന്നോട്ടു കൊണ്ടുവരികയുമായിരിക്കണം പാർട്ടിയുടെ രാഷ്ട്രീയപ്രവർത്തനത്തിന്റെ സ്ഥിരം ലക്ഷ്യം. അത്തരം വിപുലമായൊരു ഇടതുപക്ഷ ജനാധിപത്യമുന്നണിയുടെ രംഗപ്രവേശം വിപ്ലവശക്തികളെ ബലപ്പെടുത്തും. നിരന്തരം മൂർച്ഛിച്ചുകൊണ്ടിരിക്കുന്ന ദീർഘകാലമാ

യുള്ള സാമ്പത്തിക-രാഷ്ട്രീയ പ്രതിസന്ധിയിൽനിന്ന് രാജ്യത്തെ രക്ഷിച്ചെടുക്കാൻ കെല്പുള്ളത് വിപ്ലവശക്തികൾക്ക് മാത്രമാണ്.

അത്തരമൊരു ഇടതുപക്ഷ ജനാധിപത്യമുന്നണി ഊട്ടിയുണ്ടാക്കാൻ എത്ര സമയമെടുത്താലും വേണ്ടില്ല. അത് സാക്ഷാൽക്കരിക്കുന്നതിൽ എത്ര കടുത്ത വിഷമങ്ങൾ നേരിടേണ്ടിവന്നാലും വേണ്ടില്ല, അതിന് മറ്റൊരു പോംവഴിയുമില്ല. ഒരു കുറുക്കുവഴിയും അതിനുവേണ്ടി കണ്ടെത്താനുമാവില്ല. കോൺഗ്രസിന്റെ 30 കൊല്ലത്തെ ബൂർഷ്വാ-ഭൂപ്രഭു വർഗ്ഗഭരണവും കഴിഞ്ഞ 21 മാസമായി നിലനിന്നുവരുന്ന ജനതാപാർട്ടിയുടെ അതേ വർഗ്ഗഭരണവും അർത്ഥശങ്കയ്ക്കിട നല്കാത്തവിധം തെളിയിക്കുന്നത് രാജ്യം നേരിടുന്ന ഒരു മൗലിക സാമ്പത്തിക പ്രശ്നവും പരിഹരിക്കാനോ, രാജ്യത്ത് സുസ്ഥിരതയുള്ള ഒരു ജനാധിപത്യ രാഷ്ട്രീയ സംവിധാനം ഉറപ്പുവരുത്തുവാനോ ഈ വർഗ്ഗഭരണത്തിന് കഴിയില്ലെന്നാണ്.

ഇത്തരമൊരു ഇടതുപക്ഷ ജനാധിപത്യ ഐക്യം ഊട്ടിയുണ്ടാക്കുന്നതിന് വിവിധ വിഭാഗം അദ്ധ്വാനിക്കുന്ന ജനങ്ങളുടെ സംഘടനകളുടെയും സമരത്തിന്റെയും രാജ്യത്തിന്റെ സ്വാതന്ത്ര്യവും ജനാധിപത്യവും നിലനിർത്തുന്നതിൽ തല്പരരായ എല്ലാ പ്രസ്ഥാനങ്ങളുടെയും അഭൂതപൂർവ്വമായ വളർച്ച ആവശ്യമാണ്. മറ്റൊരു വിധത്തിൽ പറഞ്ഞാൽ, ഇടതുപക്ഷ ജനാധിപത്യ മുന്നണിയുടെ അടിത്തറയും അന്തഃസത്തയും ആണ് തൊഴിലാളിവർഗ്ഗത്തിന്റെയും കൃഷിക്കാരുടെയും സമൂഹത്തിലെ മറ്റ് അദ്ധ്വാനിക്കുന്ന ജനവിഭാഗങ്ങളുടെയും വിവിധ വർഗ്ഗങ്ങളിലും തട്ടുകളിലുമുള്ള എല്ലാ ദേശാഭിമാനികളുടെയും ജനാധിപത്യവാദികളുടെയും എണ്ണത്തിലും ഐക്യത്തിലും ശീഘ്രഗതിയിലുള്ള വളർച്ച.

ഇതിന് തൊഴിലാളിവർഗ്ഗത്തിന്റെ പാർട്ടിയുടെ ശക്തിയിൽ - വിവിധ സംസ്ഥാനങ്ങളിൽ അതിനുള്ള അംഗങ്ങളുടെ എണ്ണത്തിലും അവർ ഏർപ്പെടുന്ന ഉശിരൻ പ്രവർത്തനങ്ങളിലും, മറ്റെല്ലാ സാമ്രാജ്യത്വ വിരുദ്ധ, നാടുവാഴിത്ത വിരുദ്ധ, കുത്തക വിരുദ്ധ ജനാധിപത്യ ശക്തികളുമായുള്ള അവരുടെ ഐക്യത്തിലും - വമ്പിച്ച വളർച്ച ആവശ്യമാണ്. ട്രേഡ് യൂണിയനുകൾ, കിസാൻ സഭകൾ, അദ്ധ്വാനിക്കുന്ന ജനവിഭാഗങ്ങളുടെ മറ്റ് സംഘടനകൾ എന്നിവയിലേക്ക് ആയിരക്കണക്കിന് പുതിയ മെമ്പർമാരെ ആകർഷിക്കൽ: പതിനായിരക്കണക്കിന് സജീവ കാഡർമാർ പൊരുതുന്ന ഈ സംഘടനകളിൽ പ്രവർത്തിക്കലും തൊഴിലാളിവർഗ്ഗത്തിന്റെ പാർട്ടികളിലെ അണികളിലേക്ക് അവരെ കൊണ്ടുവരലും: പാർട്ടിയിലെ പുതിയ മെമ്പർമാരെ വിദ്യാഭ്യാസം ചെയ്യിക്കലും: ജനാധിപത്യ കേന്ദ്രീകരണം എന്ന വിപ്ലവതത്ത്വത്തിന്റെ അടിസ്ഥാനത്തിൽ പാർട്ടിയിലെ മേൽഘടകങ്ങളും കീഴ്ഘടകങ്ങളും തമ്മിലും ഒരു ഘടകത്തിൽ

തന്നെയും ഉള്ള പരസ്പര ബന്ധത്തിന്റെ വ്യവസ്ഥ-ഇടതുപക്ഷ ജനാധിപത്യശക്തികളുടെ യഥാർത്ഥത്തിലുള്ള മുന്നണിക്ക് അനുപേക്ഷണീയമായ തൊഴിലാളിവർഗ്ഗ പാർട്ടിയുടെ നേതൃത്വപരമായ പങ്കിനുവേണ്ട അവശ്യ മുന്നുപാധികളാണ് ഇവ. 10-ാം കോൺഗ്രസിന്റെ രാഷ്ട്രീയ പ്രമേയം ആഹ്വാനം ചെയ്തത് പാർട്ടിയുടെ വളർച്ച വിപുലമായ തോതിൽ കൈവരിക്കണമെന്നാണ്.

പാർട്ടിയുടെ വളർച്ചയ്ക്ക് അടിസ്ഥാനം ബഹുജനസംഘടനകളുടെ വളർച്ചയാണ്. നേരെമറിച്ച് പാർട്ടി വളരുന്ന തോതിൽ ബഹുജനസംഘടനകളും വളരണം എന്നാണല്ലോ ഇതിനർത്ഥം. ഇതിന്റെ വിശദാംശങ്ങൾ ഇനി വിവരിക്കാൻ പോകുന്നുണ്ട്. പക്ഷേ, അതിനുമുമ്പ് സാൽക്കിയാ പ്ലീനത്തിൽ നടന്ന ഒരു വിവാദം ഇവിടെ പരാമർശിക്കേണ്ടതുണ്ട്.

പാർട്ടിക്ക് വെളിയിലുള്ള ജനലക്ഷങ്ങളെക്കൂടി ഉൾക്കൊള്ളുന്ന ഒരു വിശാല രാഷ്ട്രീയ സംവിധാനം കെട്ടിപ്പടുക്കുക എന്ന നയസമീപനം പ്രാവർത്തികമാക്കണമെങ്കിൽ പാർട്ടി ഒരു ബഹുജന പാർട്ടിയാവണം എന്ന നിർദ്ദേശം പ്ലീനത്തിലുന്നയിക്കപ്പെട്ടു. ഇതിനെ പ്രതിനിധികളിലൊരു വിഭാഗം എതിർത്തു.

ബഹുജനപ്പാർട്ടിയായാൽ സംഘടനയുടെ വിപ്ലവ സ്വഭാവം ഇല്ലാതാവുമെന്നായിരുന്നു വാദം. അത് സമ്മേളനം ഭൂരിപക്ഷപ്രകാരം തള്ളി. അങ്ങനെയാണ് തൊഴിലാളിവർഗ്ഗത്തിന്റെ വിപ്ലവ ബഹുജനപ്പാർട്ടിയെന്ന പദപ്രയോഗം വന്നത്. തൊഴിലാളി വർഗ്ഗത്തിന്റെ പാർട്ടിയാണ്, വിപ്ലവ പാർട്ടിയാണ്, ബഹുജന പാർട്ടിയാണ്. ഇത് മൂന്നിനെയും സമന്വയിപ്പിച്ചുകൊണ്ടുള്ള ഒരു കാഴ്ചപ്പാടാണ് സാൽക്കിയാ പ്ലീനം ആവിഷ്കരിച്ചത്.

2

വർഗ്ഗ ബഹുജനസംഘടനകളോടുള്ള വിരുദ്ധ സമീപനങ്ങൾ

പാർട്ടിയുടെയും വർഗ്ഗ ബഹുജനസംഘടനകളുടെയും വളർച്ചയിൽ അവ രണ്ടും അന്യോന്യം ചെലുത്തുന്ന സ്വാധീനമാണല്ലോ മുൻ അദ്ധ്യായത്തിൽ എടുത്തു പറഞ്ഞത്. അത് പ്രാവർത്തികമാക്കാൻ തുടങ്ങുമ്പോൾ വർഗ്ഗ ബഹുജനസംഘടനകളോട് വലതുപക്ഷ സോഷ്യലിസ്റ്റുകാർക്കും മാർക്സിസ്റ്റ്-ലെനിനിസ്റ്റുകാർക്കുമുള്ള നിലപാടുകൾ തമ്മിലുള്ള വ്യത്യാസം കൂടി മനസ്സിലാക്കേണ്ടതുണ്ട്.

ബൂർഷ്വാ സാമൂഹ്യ വ്യവസ്ഥയിൽ-ഇന്ത്യയെപ്പോലെ ബൂർഷ്വാ-ഫ്യൂഡൽപ്രഭു മേധാവിത്വമുള്ള രാജ്യങ്ങളിൽ- നിലനില്ക്കുന്ന സാമൂഹ്യ വ്യവസ്ഥയുടെയും ഭരണ സംവിധാനത്തിന്റെയും നാലതിരുകൾക്കകത്തു നിന്നുകൊണ്ട് സാദ്ധ്യമായേടത്തോളം പരിഷ്കാരങ്ങൾ നടപ്പിൽ വരുത്തലാണ് സോഷ്യൽ ഡെമോക്രാറ്റുകാരുടെ സമീപനം. അതിനെയാണ് പാർലമന്ററി വ്യതിയാനമായി മാർക്സിസ്റ്റുകാർ വിലയിരുത്തുന്നത്.

കേരളത്തിൽ ആദ്യത്തെ കമ്യൂണിസ്റ്റ് ഗവൺമെന്റ് നിലവിൽവന്നപ്പോൾ പാർലമെന്ററി പ്രവർത്തനത്തിലൂടെ സോഷ്യലിസത്തിലേക്ക് നീങ്ങുക എന്ന 'കേരള മോഡൽ' രൂപപ്പെട്ടതായി റിവിഷനിസ്റ്റുകാർ വിലയിരുത്തി. അതാണ് ഇന്നത്തെ സി പി ഐ യെ കേരളത്തിലെ മാർക്സിസ്റ്റ് വിരുദ്ധ ഗവൺമെന്റിന്റെ നേതാവാക്കി ഉയർത്തിയത്.

മാർക്സിസ്റ്റ്-ലെനിനിസ്റ്റുകാരാകട്ടെ, നിലവിലുള്ള സാമൂഹ്യ ഭരണ വ്യവസ്ഥയുടെ ചട്ടക്കൂട് പൊളിച്ച് തൊഴിലാളി വർഗ്ഗ നേതൃത്വത്തിലും തൊഴിലാളി - കർഷക സമരസഖ്യത്തെ ആസ്പദമാക്കിയും വിശാലമായ ഒരു ദേശാഭിമാന ജനാധിപത്യ സംവിധാനം രൂപപ്പെടുത്താനാണ് ശ്രമിക്കുന്നത്. അതിന് പാർലമെന്റിന്റെ വേദിക്കുള്ളിലുള്ള സമരത്തെ വെളിയിലുള്ള പ്രക്ഷോഭസമരങ്ങളുമായി ഇണക്കുകയും വേണം.

1967 ൽ കേരളത്തിലും പശ്ചിമബംഗാളിലും ഇടതുപക്ഷ നേതൃത്വത്തിലുള്ള ഗവൺമെന്റുകൾ നിലവിൽ വന്നപ്പോൾ അവയുടെ കടമയെക്കുറിച്ച് കേന്ദ്രകമ്മിറ്റി ഇങ്ങനെ പറഞ്ഞു:

> അധികാരസ്ഥാനത്തെത്തിയെന്നതുകൊണ്ട് എല്ലാ പ്രശ്നങ്ങൾക്കും പരിഹാരം കാണാമെന്ന വ്യാമോഹമോ ജനകീയ ജനാധിപത്യ വിപ്ലവം നടക്കുന്നതുവരെ യാതൊന്നും ചെയ്യാൻ കഴിയുകയില്ലെന്ന നിരാശാബോധമോ വളരാൻ അനുവദിക്കരുത്. ഇന്ന് മറുഭാഗത്ത് നില്ക്കുന്ന ജനകോടികളെ ജനകീയ ജനാധിപത്യത്തിന്റെ ചേരിയിലേക്ക് ആകർഷിക്കാനുള്ള സമരത്തിലെ ആയുധങ്ങളായി വേണം ഈ രണ്ട് ഗവൺമെന്റുകളെയും കാണാൻ."

ഈ കാഴ്ചപ്പാടോടെ 1967-69 കാലത്തെ ഇടതുപക്ഷ ഗവൺമെന്റുകളെ നയിക്കാൻ സി പി ഐ (എം) ന് കഴിഞ്ഞതിനാലാണ് ആ രണ്ട് ഗവൺമെന്റുകളെയും മറിച്ചിടാൻ കോൺഗ്രസ് (ഐ) ക്കും സി പി ഐ ക്കും മറ്റും കഴിഞ്ഞപ്പോഴും സി പി ഐ (എം) പതറാതെ നിന്നത്. കേരളം -ബംഗാൾ ഗവൺമെന്റുകളെ അട്ടിമറിച്ചതിനുശേഷം ഇന്ദിരാ കോൺഗ്രസ് പശ്ചിബംഗാളിൽ അടിച്ചേല്പിച്ച അർദ്ധ ഫാസിസ്റ്റ് ഭരണത്തിലും ആ നിലവാരംവരെ എത്താത്തതെങ്കിലും കേരളത്തിലെ പൊലീസ് ഗുണ്ടാ ആക്രമണങ്ങളെയും ചെറുത്ത് തോല്പിച്ച് ഇന്ദിരാഗാന്ധിയുടെ ഏകാധിപത്യത്തിനെതിരായ ജനകീയൈക്യം കെട്ടിപ്പടുക്കാൻ പാർട്ടിക്ക് കഴിഞ്ഞതും ഈ സമീപനം അംഗീകരിച്ചതിനാലാണ്.

ഇതിൽ പ്രധാനമായ പങ്കാണ് വർഗ്ഗ ബഹുജനസംഘടനകൾക്കുള്ളത്. അവയുടെ പ്രവർത്തനത്തെ പാർലമെന്റിന്റെ വേദിയിലെ പ്രവർത്തനത്തിന് കീഴ്പ്പെടുത്തലാണ് സോഷ്യൽ ഡെമോക്രാറ്റിക് സമീപനത്തിന്റെ സാരം. നേരെമറിച്ച്, പാർലമെന്റിന്റെ വേദിയിലുള്ള പ്രവർത്തനത്തെ വെളിയിലുള്ള വിപ്ലവ പ്രവർത്തനത്തിന് കീഴ്പ്പെടുത്തലാണ് മാർക്സിസം-ലെനിനിസത്തിന്റെ മൗലിക സമീപനം.

ഈ സമീപനം പ്രയോഗത്തിൽ വരുത്തുന്നതിൽ രണ്ട് പ്രധാന കടമകൾ പാർട്ടിക്ക് നിറവേറ്റാനുണ്ട്.

ഒന്നാമത്, ബഹുജനസംഘടനകൾ നടത്തുന്ന പ്രക്ഷോഭങ്ങളുടെയും സമരങ്ങളുടെയും ഫലമായി വർഗ്ഗബോധത്തോടെ ഉയർന്നുവരുന്ന ജനലക്ഷങ്ങൾക്കിടയിൽ തൊഴിലാളിവർഗ്ഗത്തിന്റെ വിപ്ലവ വീക്ഷണത്തിന് പ്രാമുഖ്യം നേടാനാവശ്യമായ ആശയ പ്രചാരണ പ്രവർത്തനം നടത്തണം: അതായത്, ബൂർഷ്വാ-ഫ്യൂഡൽ ചട്ടക്കൂടിനകത്തുനിന്നുകൊണ്ടുള്ള പരിഷ്കാരങ്ങൾക്കുവേണ്ടി മാത്രം പോരാടുന്നതിനു പകരം ആ ചട്ടക്കൂട് പൊളിക്കണമെന്ന ബോധം തൊഴിലാളി-കർഷകാദി ബഹുജനങ്ങളിൽ വളർത്തണം. അങ്ങനെ മാത്രമേ ഇടതുപക്ഷ പ്രസ്ഥാനങ്ങളുടെ ശക്തി വർദ്ധിപ്പിച്ച് ജനകീയ ജനാധിപത്യ വിപ്ലവത്തിന് അടിത്തറ പാകാൻ

കഴിയൂ.

കൂടാതെ, അടിയന്തരാവശ്യങ്ങളെ ആസ്പദമാക്കിയുള്ള പ്രവർത്തനങ്ങളിലൂടെ ഉയർന്നുവരുന്ന തൊഴിലാളി-കർഷകാദി ബഹുജനങ്ങളിൽ നിന്ന് കൂടുതൽ കൂടുതൽ ആളുകളെ മാർക്സിസ്റ്റ്-ലെനിനിസ്റ്റ് പാർട്ടിയുടെ അനുഭാവികളും ക്രമേണ പാർട്ടിമെമ്പർമാരുമായി വളർത്താൻ ശ്രമിക്കണം. തൊഴിലാളിവർഗ്ഗത്തിന്റെ വിപ്ലവ ബഹുജനപ്പാർട്ടിയായി സി പി ഐ (എം) ന് ഉയരാനുള്ള മാർഗ്ഗം അതാണ്.

രണ്ടാമത്, ട്രേഡ് യൂണിയനുകളെയും കർഷകസംഘങ്ങളെയും കർഷകതൊഴിലാളി യൂണിയനുകളെയും മാത്രമല്ല വിദ്യാർത്ഥി-യുവജന-മഹിളാ സംഘടനകളെയും സാംസ്കാരിക രംഗങ്ങളിൽ പ്രവർത്തിക്കുന്ന സംഘടനകളെയും "ജനാധിപത്യ സംഘടനകളായി. എല്ലാ നയപ്രശ്നങ്ങളിലും സ്വയം തീരുമാനങ്ങളെടുക്കുന്ന സംഘടനകളായി" (സാൽക്കിയാ രേഖ) വളർത്താൻ ശ്രമിക്കണം.

ഇതിനെതിരായ പ്രവണതയാണ് വർഗ്ഗ ബഹുജനസംഘടനകളെ പാർട്ടിയുടെ 'പോഷക സംഘടന'കളായി കാണുന്ന രീതി. എല്ലാ പാർട്ടികളിലും പെട്ടവരും ഒരു പാർട്ടിയിലും പെടാത്തവരുമായ ജനലക്ഷങ്ങൾ ഉൾക്കൊള്ളുന്നതും സ്വന്തം ഭരണഘടനയും ചട്ടങ്ങളുമനുസരിച്ച് സ്വതന്ത്രമായി പ്രവർത്തിക്കുന്നതുമായ സംഘടനകളാണ് സി ഐ ടി യു, കർഷക സംഘം, കർഷകത്തൊഴിലാളി യൂണിയൻ, വിദ്യാർത്ഥി-യുവജന-മഹിളാ സംഘടനകൾ, സാമൂഹ്യവും സാംസ്കാരികവുമായ രംഗങ്ങളിൽ പ്രവർത്തിക്കുന്ന സംഘടനകൾ എന്നിവ. അവയ്ക്കോരോന്നിനും അതാതിന്റേതായ വ്യക്തിത്വമുണ്ട്. അത് നിലനിർത്തി സ്വതന്ത്ര സംഘടനകളായി അവയെ പ്രവർത്തിപ്പിച്ചാൽ മാത്രമേ പാർട്ടി മെമ്പർമാരുള്ളതിന്റെ അൻപതോ അറുപതോ ഇരട്ടി അംഗങ്ങളുള്ള വർഗ്ഗബഹുജന സംഘടനകൾക്ക് രാഷ്ട്രീയത്തിൽ അതാതിന്റേതായ വ്യക്തിത്വമുണ്ടാവുകയുള്ളൂ. അവരുടെ കൂട്ടായ വ്യക്തിത്വം നിലനിർത്തുന്നത് പാർട്ടിയുടെ സംഘടനാപരമായ അച്ചടക്കം പാലിക്കുന്നതുപോലെ തന്നെ പ്രധാനമാണ്.

ഇക്കാര്യത്തിൽ തെറ്റായ രണ്ട് പ്രവണതകൾ നിലനില്ക്കുന്നതായി സാൽക്കിയാ പ്ലീനം ചൂണ്ടിക്കാണിച്ചു. വർഗ്ഗ ബഹുജനസംഘടനകളെ പാർട്ടിയുടെ പോഷക സംഘടനയായി കണക്കാക്കി പാർട്ടി തീരുമാനങ്ങൾ അവയുടെമേൽ അടിച്ചേല്പിക്കാനുള്ള പ്രവണതയാണ് ഒന്ന്. വർഗ്ഗ ബഹുജനസംഘടനകളുടെ സ്വതന്ത്ര വ്യക്തിത്വം നിലനിർത്തുന്നതിന്റെ പേരിൽ ആ സംഘടനകളിൽ പ്രവർത്തിക്കുന്ന പാർട്ടി മെമ്പർമാർ പാർട്ടി നയങ്ങൾക്കെതിരായി പ്രവർത്തിപ്പക്കുന്നതാണ് രണ്ടാമത്തേത്.

ഇത് രണ്ടും ഒരുപോലെ ആപൽക്കരമാണ്- പാർട്ടിക്കെന്നപോലെ വർഗ്ഗ ബഹുജനസംഘടനകൾക്കും ഈ രണ്ട് ദുഷ്പ്രവണതകളും ഒഴിവാക്കണമെങ്കിൽ മൂന്ന് കാര്യങ്ങൾ ശ്രദ്ധിക്കണം.

ഒന്നാമത്, വർഗ്ഗ ബഹുജനസംഘടനകൾക്ക് നേരിടാനുള്ള പ്രശ്ന

ങ്ങൾക്ക് പരിഹാരം കാണുന്നതിൽ പാർട്ടിക്ക് ആശയപരമായും രാഷ്ട്രീയമായും നേതൃത്വമുണ്ടാകണം. ഓരോ ബഹുജനസംഘടനയും യോഗം ചേരുന്നതിനുമുമ്പ് അതിന്റെ മുമ്പിൽ വരാൻ പോകുന്ന രാഷ്ട്രീയ നയ പ്രശ്നങ്ങളെ സംബന്ധിച്ച് ബന്ധപ്പെട്ട പാർട്ടി കമ്മിറ്റി ചർച്ച ചെയ്ത് ആ സംഘടനയിൽ പ്രവർത്തിക്കുന്ന പാർട്ടി സഖാക്കൾക്ക് നിർദ്ദേശം കൊടുക്കണം. ബഹുജനസംഘടനയോഗങ്ങൾ കഴിഞ്ഞാലും അവയുടെ നടപടികൾ രാഷ്ട്രീയ നയപരമായി അവലോകനം ചെയ്യണം.

രണ്ടാമത്, ഈ നിർദ്ദേശം നടപ്പിലാക്കുന്ന അവസരത്തിൽ വർഗ്ഗ ബഹുജനസംഘടനകൾക്കകത്ത് സ്വതന്ത്രമായ ചർച്ചകൾ നടക്കണം. ആ ചർച്ചയുടെ ഫലമായി പാർട്ടിയുടെ നിർദ്ദേശം തള്ളപ്പെടുകയാണെങ്കിൽപോലും സംഘടന എടുക്കുന്ന തീരുമാനങ്ങൾ നടപ്പിൽ വരുത്താൻ അതിൽ പ്രവർത്തിക്കുന്ന പാർട്ടി മെമ്പർമാർ ബാദ്ധ്യസ്ഥരായിരിക്കണം. പക്ഷേ, പാർട്ടിയും ബഹുജനസംഘടനയും തമ്മിൽ ആശയപരമായി ഏറ്റുമുട്ടിയ പ്രശ്നങ്ങൾ പാർട്ടി കമ്മിറ്റി വീണ്ടും ചർച്ച ചെയ്യണം. ആ ചർച്ചയുടെ അവസാനത്തിൽ ആവശ്യമെന്നു തോന്നുന്ന തിരുത്തലുകൾ പാർട്ടി കമ്മിറ്റി നടത്തണം. ഏതായാലും പാർട്ടിയുടെ അഭിപ്രായം ബഹുജന സംഘടനകളുടെ മേൽ അടിച്ചേല്പിക്കുക എന്ന സമീപനം അംഗീകരിച്ചുകൂട.

മൂന്നാമത് ബഹുജനസംഘടനകളുടെ പ്രായോഗിക പ്രവർത്തനം സംബന്ധിച്ച എല്ലാ തീരുമാനങ്ങളും ആ സംഘടനയുടെ ജനാധിപത്യപരമായ തീരുമാനത്തിന് വിടണം. പ്രായോഗികവും സംഘടനാപരവുമായ പ്രശ്നങ്ങളിൽ പാർട്ടി കമ്മിറ്റി തീരുമാനമെടുത്ത് ബഹുജനസംഘടനകളെക്കൊണ്ടംഗീകരിപ്പിക്കുക എന്ന രീതി ഒരിക്കലും അംഗീകരിച്ചുകൂട.

വർഗ്ഗ ബഹുജനസംഘടനകളോരോന്നും സ്വതന്ത്രങ്ങളാണ്. അവയെ ദൈനംദിനം നേരിടുന്ന രാഷ്ട്രീയ നയപ്രശ്നങ്ങളും സംഘടനാ പ്രശ്നങ്ങളും അതാത് സംഘടനകൾതന്നെ ജനാധിപത്യപരമായി ചർച്ച ചെയ്ത് തീരുമാനിക്കുകയാണ് വേണ്ടത്. ആ തീരുമാനങ്ങൾ എടുക്കുന്നതിൽ പാർട്ടിക്ക് ആശയപരമായ സ്വാധീനം ചെലുത്താം. ചെലുത്തണം. പക്ഷേ, ആശയപരമോ നയപരമോ സംഘടനാപരമോ ആയ ഒരു പ്രശ്നത്തിലും പാർട്ടിയുടെ അഭിപ്രായം വർഗ്ഗ ബഹുജനസംഘടനകളുടെ മേൽ അടിച്ചേല്പിച്ചുകൂടാ എന്നർത്ഥം.

വിപ്ലവം നടത്തേണ്ടത് മൗലികമായി ബഹുജനങ്ങൾതന്നെയാണ്. അവരുടെ മുൻകൈ വളർത്തി എടുക്കലാണ് പാർട്ടിയുടെ പ്രധാന കടമ അതിനാവശ്യമായ ആശയപരമായ സ്വാധീനം ചെലുത്തുകയല്ലാതെ പ്രായോഗികമായും സംഘടനാപരമായും പാർട്ടി അച്ചടക്കം അവരുടെ മേൽ അടിച്ചേല്പിക്കാൻ ശ്രമിക്കരുതെന്നാണ് ഇതിനർത്ഥം.

3

ജനാധിപത്യ ബോധത്തിൽനിന്ന് സോഷ്യലിസ്റ്റ് ബോധത്തിലേക്ക്

തൊഴിലാളി-കർഷകാദി ബഹുജനങ്ങളുടെ പ്രക്ഷോഭസമരങ്ങളും സംഘടനകളും വളർത്തിയെടുക്കലാണ് പാർട്ടിയുടെ പ്രാഥമിക കടമ യെന്ന് മുമ്പേ പറഞ്ഞു വെച്ചുവല്ലോ. അത് നിറവേറ്റണമെങ്കിൽ, ആശയ രംഗത്ത് ക്രമീകൃതമായ പ്രവർത്തനം പോളിറ്റ് ബ്യൂറോയും സി സി യും തൊട്ട് കീഴോട്ടുള്ള എല്ലാ ഘടകങ്ങളും നിരന്തരം നടത്തിക്കൊണ്ടിരി ക്കണം. സാൽക്കിയാ പ്ലീനം അംഗീകരിച്ച സംഘടനാ റിപ്പോർട്ട് ചൂണ്ടി ക്കാണിക്കുന്നതുപോലെ.

> പാർട്ടി പരിപാടിയും മാർക്സിസത്തിന്റെ അടിസ്ഥാനതത്ത്വങ്ങളും ജനങ്ങൾക്കിടയിൽ പ്രചരിപ്പിച്ചുകൊണ്ടുമാത്രം ഒരു ലെനിനിസ്റ്റ് പാർട്ടി കെട്ടിപ്പടുക്കാനാവില്ല. രാജ്യത്തുള്ള മാർക്സിസ്റ്റിതരവും മാർക്സിസ്റ്റ് വിരുദ്ധവുമായ പ്രത്യയശാസ്ത്രങ്ങൾക്കെതിരായി- മത ത്തിന്റെ വിജ്ഞാന വിരോധം, ഗാന്ധിസം, ഗാന്ധിയൻ സോഷ്യ ലിസം, നെഹ്റു സോഷ്യലിസം, 'ദേശീയ ഷോവനിസം', പ്രാദേ ശികത, ജാതീയത, ന്യൂനപക്ഷ ഭൂരിപക്ഷ വർഗ്ഗീയത ഇവയ്ക്കെ തിരായി- തുടർച്ചയായി പോരാടുകയും ഈ പ്രത്യയശാസ്ത്രങ്ങ ളുടെ വർഗ്ഗോല്പത്തിയുടെ സ്വഭാവം പുതിയ കാഡർമാരെയും ജന ങ്ങളെയും പഠിപ്പിക്കുകയും വേണം. ഭരണവർഗ്ഗങ്ങളും അവയുടെ പിണിയാളുകളും ജാതീയവും വർഗ്ഗീയവുമായ വിജ്ഞാനത്തെ ജന ങ്ങളെ വഴിതെറ്റിക്കാനും അദ്ധ്വാനിക്കുന്നവരുടെ ഐക്യം തകർക്കാനും സ്ഥിരമായി ഉപയോഗിക്കുന്നതുകൊണ്ട് ഇവയ്ക്കെ തിരായ പോരാട്ടം അത്യന്താപേക്ഷിതമാണ്.
>
> പ്രാഥമികമായ ജനാധിപത്യബോധത്തെ സോഷ്യലിസ്റ്റ് ബോധ

മായി മാറ്റാനും ഇത് അവശ്യം ആവശ്യമാണ്. പിന്തിരിപ്പൻ ശാസ്ത്ര പ്രത്യയശാസ്ത്രങ്ങളുടെ വെല്ലുവിളിക്ക് അവയുടെ വർഗ്ഗവേരുകൾ തുറന്നുകാട്ടിക്കൊണ്ട് മറുപടി പറയേണ്ടത് കേന്ദ്രനേതൃത്വത്തിന്റെ കടമയാണ്.

വളരെയധികംപേർ പാർട്ടിയിൽ നിന്ന് കൊഴിഞ്ഞുപോകുന്നതിനും പ്രത്യയശാസ്ത്രപരമായി ഉറച്ച അകക്കാമ്പ് കെട്ടിപ്പടുക്കുന്നതിനുള്ള പരാജയത്തിനുമുള്ള കാരണങ്ങളിലൊന്ന് ഒരുപക്ഷേ ഈ പ്രത്യയശാസ്ത്രത്തിന്റെ കുറവാണ്.

അതുകൊണ്ട് ലഘുലേഖകളും മറ്റും വഴി കേന്ദ്രത്തിൽനിന്ന് മാർഗ്ഗനിർദ്ദേശം ചെയ്തുകൊണ്ടുള്ള പ്രത്യയശാസ്ത്ര പ്രചാരണം പരമപ്രാധാന്യമർഹിക്കുന്നു.

കൂടാതെ, അദ്ധ്യാപകരെ പരിശീലിപ്പിക്കാനും പ്രത്യയശാസ്ത്ര സമരം നടത്തുന്നതിന് അവരെ സജ്ജരാക്കാനുമായി പാർട്ടി സ്കൂൾ നടത്തേണ്ടത് ആവശ്യമാണ്. ഇതിന് പുറമെ ട്രേഡ് യൂണിയൻ, കിസാൻസഭ മുതലായ മുന്നണികൾക്കായി സ്ഥിരമായ സ്കൂളുകൾ വേണ്ടിവരും. ക്ലാസുകളിൽ പങ്കെടുക്കുന്നവർക്ക് ബഹുജനസംഘടനകളിലെ പാർട്ടി ലൈനും ബഹുജനസംഘടനാ പ്രവർത്തനത്തിൽ പാർട്ടി വളർത്തിയെടുത്ത വൈദഗ്ദ്ധ്യവും പകർന്നു കൊടുക്കുക ഈ സ്കൂളുകളാണ്. പാർട്ടി പത്രങ്ങളുടെ എഡിറ്റർമാരുടെയും അവയിൽ എഴുതുന്നവരുടെയും ആനുകാലിക യോഗങ്ങൾ, സംഘടന ജനങ്ങളോട് ഒരേ ശബ്ദത്തിലാണോ സംസാരിക്കുന്നത് എന്ന് പരിശോധിക്കാൻ ആവശ്യമാണ്.

ഇത്തരം യോഗങ്ങൾ വിളിച്ചുകൂട്ടുന്നതിനും പത്രമാസികകൾ പാർട്ടിയുടെ ലൈനിന്റെയും പ്രത്യയശാസ്ത്രത്തിന്റെയും മാധ്യമങ്ങളെന്ന നിലയ്ക്ക് ഫലപ്രദമായി പ്രവർത്തിക്കുന്നുണ്ടെന്നുറപ്പു വരുന്നതിന്റെയും ചുമതല കേന്ദ്രത്തിനായിരിക്കണം. ഇവ കൂടാതെ പ്രത്യയശാസ്ത്രപരമായ ഐക്യം വളർത്തിയെടുക്കാൻ സൈദ്ധാന്തികവും പ്രത്യയശാസ്ത്രപരവുമായ പ്രശ്നങ്ങളെപ്പറ്റിയുള്ള ഒരു ആനുകാലികം ആവശ്യമാണ്.

ചുരുക്കത്തിൽ, വർഗ്ഗ ബഹുജനസംഘടനകളിൽ പ്രവർത്തിക്കുന്ന വരടക്കമുള്ള പാർട്ടി മെമ്പർമാരുടെ താത്ത്വികവും പ്രായോഗികവുമായ വിജ്ഞാന നിലവാരം ഉയർത്താൻ നിരന്തരം നടത്തുന്ന പ്രവർത്തനങ്ങളിലൂടെയല്ലാതെ പാർട്ടിയുടെ നേതൃത്വത്തിലുള്ള വർഗ്ഗ ബഹുജനസംഘടനകളിൽ അംഗങ്ങളായ ജനകോടികളുടെ ഒരു സംഘടിത രാഷ്ട്രീയ ശക്തിയാക്കി ഉയർത്താൻ കഴിയുകയില്ല. ലെനിൻ ചൂണ്ടിക്കാണിച്ചതുപോലെ, വിപ്ലവപരമായ മാർക്സിസ്റ്റ് സിദ്ധാന്തം ജനങ്ങളുടെ നിത്യജീവിതവുമായി ബന്ധപ്പെടുത്തിക്കൊണ്ട് അവരിലെത്താൻ നിരന്തരവും സംഘ

ടിതവുമായ പ്രവർത്തനം നടത്താതെ തൊഴിലാളിവർഗ്ഗത്തിന്റെ വിപ്ലവ രാഷ്ട്രീയപ്പാർട്ടി കെട്ടിപ്പടുക്കാൻ കഴിയുകയില്ല.

ഇക്കാര്യത്തിൽ കേരളത്തിലെ പാർട്ടിക്കുണ്ടായ നേട്ടങ്ങളും പറ്റിയ കോട്ടങ്ങളും സാൽകിയ പ്ലീനം വിലയിരുത്തി. അത് സംബന്ധിച്ച പ്രസക്തഭാഗങ്ങൾ താഴെ കൊടുക്കുന്നു.

> പാർട്ടി മെമ്പർമാരെ വിദ്യാഭ്യാസം ചെയ്യിക്കുന്നതിനും പുനർ വിദ്യാഭ്യാസം ചെയ്യിക്കുന്നതിനും പാർട്ടിനയം വാർത്തെടുക്കുന്നതിൽ അവരെ ഏർപ്പെടുവിക്കുന്നതിനും വർഗ്ഗശത്രുവിനെതിരായി നടത്തേണ്ട ആശയപ്പോരാട്ടത്തിനും ആവശ്യമായ സാഹിത്യം തയ്യാറാക്കുന്നതിൽ കേരളാ പാർട്ടി വമ്പിച്ച ജോലി ചെയ്തിട്ടുണ്ടെന്നത് ഇത്തരുണത്തിൽ സ്മരമീയമാണ്. *ദേശാഭിമാനി* പത്രം (60,000 കോപ്പി) *ചിന്ത* വാരിക (19,000 കോപ്പി) *ദേശാഭിമാനി* വാരിക (17,000 കോപ്പി) ട്രേഡ് യൂണിയനുകൾ, കിസാൻ സഭ, കർഷക തൊഴിലാളി യൂണിയൻ തുടങ്ങിയ ബഹുജന സംഘടനകളുടെ പ്രസിദ്ധീകരണങ്ങൾ, പാർട്ടിയുടെ പുസ്തക പ്രസിദ്ധീകരണശാല തയ്യാറാക്കുന്ന ലഘുലേഖകളും വലിയ പുസ്തകങ്ങളും എന്നിവയെല്ലാം പാർട്ടിയുടെ പ്രത്യയശാസ്ത്ര രാഷ്ട്രീയ പ്രവർത്തനത്തെ ഗണ്യമായ തോതിൽ സഹായിക്കുന്നുണ്ട്. ഇവയെ എല്ലാ നിലവാരത്തിലുമുള്ള പാർട്ടി യൂണിറ്റുകളും വിദ്യാഭ്യാസ-പുനർവിദ്യാഭ്യാസ പ്രവർത്തനത്തിനുപയോഗിച്ച് മാർക്സിസം-ലെനിനിസത്തിനുവേണ്ടിയും ശത്രുവർഗ്ഗ ചിന്താഗതിക്കെതിരായുമുള്ള സമരത്തിലെ ശക്തമായ ഉപകരണമാക്കി മാറ്റേണ്ടിയിരിക്കുന്നു.

ഇതാണ് 15 വർഷം മുമ്പ് സാൽക്കിയ പ്ലീനം രേഖപ്പെടുത്തിയ നേട്ടങ്ങൾ. അന്നുമുതൽക്കിന്നേവരെയാകട്ടെ, വീണ്ടും പുരോഗതിയുണ്ടായിട്ടുണ്ട്. ദിനപത്രത്തിന്റെയും വാരികയുടെയും പ്രചാരണം വർദ്ധിച്ചതിന് പുറമെ എ കെ ജി പഠനഗവേഷണ കേന്ദ്രത്തിന്റെ ആഭിമുഖ്യത്തിൽ *മാർക്സിസ്റ്റ് സംവാദം* എന്ന ഒരു ത്രൈമാസിക ഇപ്പോൾ തുടങ്ങിയിട്ടുമുണ്ട്. അതെല്ലാം ചേർന്ന് സംസ്ഥാനത്തിലെ പാർട്ടിമെമ്പർമാരുടെയും അനുഭാവികളുടെയും വിദ്യാഭ്യാസത്തിനും പുനർവിദ്യാഭ്യാസത്തിനുമാവശ്യമായ മൂർച്ചയേറിയ ഒരായുധം ഇന്ന് നമ്മുടെ കൈയിലുണ്ട്.

എന്നാൽ, സാൽക്കിയാ പ്ലീനത്തിന്റെ സംഘടനാ റിപ്പോർട്ട് ചൂണ്ടിക്കാണിക്കുന്നതുപോലെ,

പ്രസിദ്ധീകരിച്ച കൃതികളെ പാർട്ടിയുടെ മുഴുവൻ പ്രത്യയശാസ്ത്ര-രാഷ്ട്രീയബോധം അതുവഴി പുഷ്ടിപ്പെടുത്തുന്നതിന് ബോധപൂർവ്വമായും ആസൂത്രിതമായും വിവിധ തട്ടുകളിലുള്ള പാർട്ടി നേതൃത്വം ഉപയോഗിക്കുന്നില്ല. പാർട്ടി അംഗങ്ങൾക്കാകെ വിദ്യാഭ്യാസവും പുനർ വിദ്യാഭ്യാസവും ഒരു നിരന്തര പ്രക്രിയയാക്കി മാറ്റാൻ നേതൃത്വം കൊടുക്കത്തക്ക

വിധത്തിൽ സംസ്ഥാന-ജില്ലാ കമ്മിറ്റികൾക്ക് പ്രത്യേക സബ് കമ്മിറ്റിയോ ഡിപ്പാർട്ടുമെന്റോ ഈ അടുത്തകാലംവരെ ഉണ്ടായിരുന്നില്ല. തൽഫലമായി മാർക്സിസം-ലെനിനിസത്തിന്റെ സിദ്ധാന്തത്തെ ദൈനംദിന പ്രവർത്തനത്തിൽ മാറി വരുന്ന പരിതസ്ഥിതികൾക്കും അവയിൽനിന്നുത്ഭവിക്കുന്ന പ്രശ്നങ്ങൾക്കും അനുസൃതമായി പ്രയോഗിക്കുന്ന കാര്യത്തിൽ പാർട്ടി മെമ്പർമാർക്കും അനുഭാവികൾക്കും ആവശ്യമായ ശിക്ഷണം നല്കുന്നത് അവഗണിക്കപ്പെട്ടു.

ഇവിടെ ചൂണ്ടിക്കാണിച്ച ദൗർബല്യം പരിഹരിക്കുന്നതിന് ചില നടപടികൾ സാൽക്കിയ പ്ലീനത്തിനുശേഷമുള്ള കാലത്ത് സെക്രട്ടേറിയറ്റും സ്റ്റേറ്റ് കമ്മിറ്റിയും എടുത്തിട്ടുണ്ട്. പക്ഷേ, പ്ലീനം ചൂണ്ടിക്കാണിച്ച മൗലികമായ ദൗർബല്യം ഇപ്പോഴും തുടരുകയാണ്. നമ്മുടെ പാർട്ടിക്ക് സംസ്ഥാനത്ത് ജനങ്ങളുടെ ഇടയിലുള്ള സ്വാധീനംവെച്ച് നോക്കുമ്പോൾ ഏറ്റവുമധികം പ്രചാരമുള്ള ദിനപത്രം *ദേശാഭിമാനി*യാകേണ്ടിയിരിക്കുന്നു. എന്നാൽ, പ്രചാരത്തിൽ *ദേശാഭിമാനി*യേക്കാൾ മുന്തിനില്ക്കുന്ന രണ്ട് ദിനപത്രങ്ങളെങ്കിലുമുണ്ട്. *മലയാള മനോരമ*യും *മാതൃഭൂമി*യും *ദേശാഭിമാനി* വാരിക *ചിന്ത* വാരിക, *മാർക്സിസ്റ്റ് സംവാദ*മെന്ന ത്രൈമാസിക എന്നിവയുടെയും പ്രചാരവും സാദ്ധ്യതയും അപേക്ഷിച്ചു നോക്കുമ്പോൾ വളരെ കുറവാണ് *ചിന്ത പബ്ലിഷേഴ്സ്* പ്രസിദ്ധീകരിക്കുന്ന ലഘുലേഖകൾ ബൃഹദ് ഗ്രന്ഥങ്ങൾ എന്നിവയുടെ പ്രചാരവും താരതമ്യേന കുറവാണ്. അതുകൊണ്ട് പ്രായോഗിക രാഷ്ട്രീയ നയങ്ങളുടെയും മൗലിക സിദ്ധാന്തങ്ങളുടെയും കാര്യത്തിൽ നമ്മുടെ സന്ദേശം എത്തേണ്ടവരിൽ മുഴുവൻ എത്തുന്നില്ല.

ഈ കുറവ് പരിഹരിക്കണമെങ്കിൽ പാർട്ടി പ്രസിദ്ധീകരണങ്ങൾ വ്യാപകമായി പ്രചരിപ്പിക്കുകയും ആളുകളെക്കൊണ്ട് വായിപ്പിക്കുകയും ചെയ്യുന്നത് ഒരു പ്രധാന രാഷ്ട്രീയ കടമയായി ബ്രാഞ്ച് തൊട്ട് സ്റ്റേറ്റ് കമ്മിറ്റിവരെ ഓരോ നിലവാരത്തിലുമുള്ള പാർട്ടി ഘടകങ്ങളും എടുക്കണം. ബൂർഷ്വാ പ്രസിദ്ധീകരണങ്ങൾക്ക് പ്രചാരം വർദ്ധിപ്പിക്കുന്നതിന് അവയ്ക്ക് സ്വന്തമായ ചില മാർഗ്ഗങ്ങളുണ്ട്. അവ നമ്മെ സംബന്ധിച്ചിടത്തോളം പ്രായോഗികമല്ല.

പക്ഷേ, അവയ്ക്കില്ലാത്ത ഒരു മെച്ചം നമുക്കുണ്ട്. മറ്റെല്ലാ പാർട്ടികളെയും കവച്ചുവെക്കുന്ന ഒരു ബഹുജനാടിത്തറ നമുക്കുണ്ട്. ഓരോ പാർട്ടി മെമ്പറെക്കൊണ്ടും അനുഭാവിയെക്കൊണ്ടും ഇന്ന പത്രം അല്ലെങ്കിൽ ഇന്ന പ്രസിദ്ധീകരണം ഇത്ര കോപ്പി പ്രചരിപ്പിക്കുക എന്ന ലക്ഷ്യം വച്ച് ഓരോ പാർട്ടിമെമ്പറും അനുഭാവിയും പ്രവർത്തിക്കാൻ തുടങ്ങുകയാണെങ്കിൽ നമ്മുടെ പ്രസിദ്ധീകരണങ്ങൾ ഓരോന്നിനും ഇന്നത്തേതിന്റെ നാലഞ്ച് ഇരട്ടിയെങ്കിലും പ്രചാരം വർദ്ധിപ്പിക്കാൻ കഴിയും.

ഇതിന്റെ ആവശ്യകതയിലേക്ക് വിരൽ ചൂണ്ടുന്ന രാഷ്ട്രീയ സ്ഥിതിഗതികളാണ് നമ്മുടെ സംസ്ഥാനത്തിലുള്ളത്. ആശയപരമായും രാഷ്ട്രീയമായും സംഘടനാപരമായും നമ്മെ കടന്നാക്രമിക്കാൻ നോക്കുന്ന

ബൂർഷ്വാ മാധ്യമങ്ങൾ സംസ്ഥാന വ്യാപകമായി പ്രചരിക്കുന്നുണ്ട്. അവയോരോന്നും ദിവസം പ്രതി എന്നപോലെ നമുക്കെതിരായി നുണപ്രചാരണം അഴിച്ചുവിടുന്നുണ്ട്. രാഷ്ട്രീയപാർട്ടികൾ, ഗ്രൂപ്പുകൾ, വ്യക്തികൾ മുതലായവരാകട്ടെ മാർക്സിസ്റ്റ് വിരുദ്ധ മാധ്യമങ്ങൾക്ക് കൊഴുപ്പു കൂട്ടാൻ ദിവസേന ദുഷ്പ്രചാരണങ്ങൾ നടത്തുന്നുണ്ട്. ഇവയെ എല്ലാം എതിർത്ത് തോല്പിച്ച് തൊഴിലാളിവർഗ്ഗ ചിന്താഗതിക്ക് ജനങ്ങൾക്കിടയിൽ സ്വാധീനം വർദ്ധിപ്പിക്കണമെങ്കിൽ നമ്മുടെ സാഹിത്യം പ്രചരിപ്പിക്കുന്നത് പാർട്ടി മെമ്പർമാരുടെ വ്യക്തിപരമായും ഘടകങ്ങളുടെ കൂട്ടായുമുള്ള കടമയായി കണക്കാക്കണം.

ഇത് നിറവേറ്റുകയാണെങ്കിലാകട്ടെ, ഇന്ന് എതിർചേരിയിൽ നില്ക്കുന്ന ലക്ഷക്കണക്കിനാളുകളെ ഇടതുപക്ഷ ജനാധിപത്യ മുന്നണിയുടെ സ്വാധീനവലയത്തിൽ കൊണ്ടുവരാൻ കഴിയുകയും ചെയ്യും. എന്തുകൊണ്ടെന്നാൽ ഈ സംസ്ഥാനത്ത് പ്രവർത്തിക്കുന്ന കോൺഗ്രസ് (ഇ), മുസ്ലീംലീഗ്, കേരളാ കോൺഗ്രസ് എന്നീ രാഷ്ട്രീയപ്പാർട്ടികളും മുന്നോക്ക-പിന്നോക്ക ജാതികളിൽ പെട്ട ജാതിസംഘടനകളും അത്യഗാധമായ രാഷ്ട്രീയ-സംഘടനാ പ്രതിസന്ധികളിലൂടെ കടന്നുപോവുകയാണ്. അവയ്ക്കോരോന്നിനും ഇനി നിലനില്പുണ്ടാകണമെങ്കിൽ അവയുടെ നേതാക്കൾ തുടർന്നുപോരുന്ന രാഷ്ട്രീയനയങ്ങളുടെ അലകും പിടിയും മാറ്റണം. അത് സംബന്ധിച്ച ചർച്ചകൾ ആ ഓരോ പാർട്ടിക്കുമകത്ത് നടന്നുകൊണ്ടിരിക്കുകയാണ്.

അവയെ നേർവഴിക്ക് നയിക്കാൻ കഴിയണമെങ്കിൽ നമ്മുടെ ആശയഗതി വ്യാപകമായി പ്രചരിപ്പിക്കുന്ന സാഹിത്യകൃതികൾക്ക് വ്യാപകമായ പ്രാചരമുണ്ടാകണം. അതിനുവേണ്ടി സംഘടിതമായി പ്രവർത്തിക്കാതെ നമ്മുടെ സംസ്ഥാനത്തെ രാഷ്ട്രീയ കക്ഷിബന്ധത്തിൽ എന്തെങ്കിലും മാറ്റം വരുത്താൻ കഴിയുമെന്ന് കരുതുന്നത് വെറും വ്യാമോഹമാണ്.

4

ബൂർഷ്വാപ്പാർട്ടികളും തൊഴിലാളിവർഗ്ഗ പാർട്ടിയും സംഘടനാതലത്തിൽ

കോൺഗ്രസ് (ഇ), മുസ്ലീം ലീഗ്, ബി ജെ പി മുതലായ ബൂർഷ്വാ പാർട്ടികളും സി പി ഐ (എം) അടക്കമുള്ള തൊഴിലാളിവർഗ്ഗപ്പാർട്ടികളും തമ്മിൽ യാതൊരു വ്യത്യാസവുമില്ലെന്നു വരുത്താനാണ് ബൂർഷ്വാ മാധ്യമങ്ങൾ ശ്രമിക്കുന്നത്. തൊഴിലാളി വർഗ്ഗപ്പാർട്ടികളിൽപെട്ട ചിലരും ഈ ബൂർഷ്വാ പ്രചാരണത്തിന് സഹായകമായ പ്രസ്താവനകൾ നടത്തുന്നുണ്ട്.

ഉദാഹരണത്തിന്, ബൂർഷ്വാ പാർട്ടികളുയെടെന്നപോലെ സി പി ഐ (എം) ന്റെയും നേതൃത്വത്തിൽ അഴിമതി കൊടികുത്തി വാഴുകയാണെന്ന പ്രചാരവേല ബൂർഷ്വാ മാധ്യമങ്ങൾ സംഘടിതമായി നടത്തുന്നുണ്ട്. സി പി ഐ (എം) അടക്കമുള്ള തൊഴിലാളിവർഗ്ഗപ്പാർട്ടികളിൽ ചിലരും ഇത് ആവർത്തിക്കുന്നുണ്ട്.

പക്ഷേ, വസ്തുത എന്താണ്? ബൂർഷ്വാ പാർട്ടികളുടേതിൽനിന്ന് വ്യത്യസ്തമായി, തൊഴിലാളി വർഗ്ഗ പാർട്ടികളിൽ (അവ മാർക്സിസ്റ്റ്-ലെനിനിസ്റ്റ് സംഘടനാ തത്ത്വങ്ങളിൽ ഉറച്ചു നില്ക്കുന്നിടത്തോളം കാലം) അഴിമതിക്കാരായ നേതാക്കൾക്കും പാർട്ടിമെമ്പർമാർക്കും എതിരെ ശക്തമായ നടപടിയെടുക്കാൻ ഭരണഘടനയിൽ വ്യവസ്ഥയുണ്ട്. മന്ത്രിമാരുടെയോ എം എൽ എ മാരുടെയോ എം പിമാരുടെയോ സ്ഥാനത്തിരിക്കുന്നവരടക്കം ഒരു പാർട്ടി നേതാവും പാർട്ടി സംഘടനയ്ക്കകത്ത് നടക്കുന്ന വിമർശന-സ്വയംവിമർശന പ്രക്രിയക്ക് അതീതനോ അതീതയോ അല്ല. സ്വന്തം മേൽഘടകങ്ങളുടെ മുമ്പിൽ സമർപ്പിക്കുന്ന നിവേദനങ്ങളുടെ രൂപത്തിലും എത്ര ഉന്നതരായ നേതാക്കളെയും വിമർശിക്കാൻ ഓരോ പാർട്ടി മെമ്പർക്കും അവകാശം മാത്രമല്ല കടമയുമുണ്ട്.

ഈ വ്യവസ്ഥയനുസരിച്ച് മന്ത്രിമാരോ അല്ലാത്തവരോ ആയ പാർട്ടി

നേതാക്കളുടെ മേൽ അഴിമതിയാരോപണം വരുന്ന അവസരത്തിൽ അത് കാര്യമായി പരിശോധിച്ച് വേണ്ട നടപടിയെടുക്കാൻ ഓരോ നിലവാരത്തിലുമുള്ള പാർട്ടി കമ്മിറ്റികൾക്ക് ചുമതലയുണ്ട്. തൊഴിലാളിവർഗ്ഗപ്പാർട്ടികളുടെ, ഭരണഘടനകളിലുള്ള ഈ വ്യവസ്ഥ ബൂർഷ്വാ പാർട്ടികളിലില്ല. അതുകൊണ്ട് ആ പാർട്ടികളിൽ അഴിമതിയാരോപണം വരുമ്പോൾ അത് പാർട്ടിതലത്തിൽ കൈകാര്യം ചെയ്യാൻ കഴിയുന്നില്ല. വിമതരായ പാർട്ടി മെമ്പർമാരുടെ കൈയിലുള്ള ആയുധമായി അഴിമയിതാരോപണം മാറുകയാണ്.

പാർട്ടിമെമ്പർമാർക്ക് എല്ലാ കാലത്തുമുള്ള ഈ അവകാശത്തിനും കടമയ്ക്കും പുറമെ, മുമ്മൂന്ന് കൊല്ലത്തിൽ ഒരിക്കൽ നടക്കുന്ന പാർട്ടി കോൺഗ്രസിന് തൊട്ടു മുൻപ് ബ്രാഞ്ച് തൊട്ട് എല്ലാതലത്തിലും സമ്മേളനങ്ങൾ സംഘടിപ്പിക്കുന്നുണ്ട്. അവയിൽ പങ്കെടുക്കുന്ന ഓരോ പ്രതിനിധിക്കും ഏറ്റവും ഉയർന്ന പദവിയിലിരിക്കുന്ന നേതാക്കളടക്കം ഏത് പാർട്ടി മെമ്പർമാർക്കുമെതിരെ ആക്ഷേപങ്ങളുന്നയിക്കാൻ അവകാശമുണ്ട്. അവയിൽ കഴമ്പുണ്ടെങ്കിൽ നടപടിയെടുക്കുകയും ഇല്ലെങ്കിൽ തള്ളിക്കളയുകയും ചെയ്യാനുള്ള കടമ സമ്മേളനത്തിനും തുടർന്ന് ബന്ധപ്പെട്ട പാർട്ടി കമ്മിറ്റികൾക്കുമുണ്ട്.

നാലുവട്ടം മന്ത്രിസഭയിലിരുന്ന ഒരു പാർട്ടിയാണ് കേരളത്തിലെ സി പി ഐ (എം). കൂടാതെ കോർപ്പറേഷനുകൾ, മുനിസിപ്പാലിറ്റികൾ, പഞ്ചായത്തുകൾ, സഹകരണ പ്രസ്ഥാനം മുതലായി ഔദ്യോഗികമോ അനൗദ്യോഗികമോ ആയ സ്ഥാപനങ്ങളിൽ പാർട്ടിയിലെ സാധാരണ മെമ്പർമാരും ഉയർന്ന നേതാക്കളും ഭാരവാഹിത്വം വഹിച്ചിട്ടുണ്ട്. ഇന്നും വഹിക്കുന്നുണ്ട്. അത്തരക്കാരിലാരെങ്കിലും തങ്ങൾ വഹിക്കുന്ന സ്ഥാനം ഉപയോഗിച്ച് അഴിമതി നടത്തിയിട്ടുണ്ടെങ്കിൽ അതാത് സമയത്തു തന്നെ നടപടി എടുക്കണമായിരുന്നു. അതിനു മുമ്പ് വീഴ്ചവരുത്തിയിട്ടുണ്ടെന്നും ഇനിയെങ്കിലും അത് തിരുത്തണമെന്നും ഇന്ന് ഏത് പാർട്ടിമെമ്പർക്കും അഭിപ്രായമുണ്ടാവാം. അതവർക്ക് സ്വന്തം ഘടകത്തിൽവച്ചോ മേൽഘടകങ്ങൾക്കുള്ള നിവേദനത്തിന്റെ രൂപത്തിലോ അവതരിപ്പിക്കാം.

ഈ സത്യം മനസ്സിലാക്കാതെയാണ് ചില സഖാക്കളടക്കം പലരും 'മാർക്സിസ്റ്റ് പാർട്ടിക്കകത്തെ അഴിമതി'യെക്കുറിച്ച് പൊതുപ്രസ്താവനകൾ നടത്തുന്നത്. അഴിമതി നിർമ്മാർജ്ജനമാണ് ഉദ്ദേശ്യമെങ്കിൽ അവർ ചെയ്യേണ്ടത് ഇത്തരം പൊതു പ്രസ്താവങ്ങകൾ നടത്തലല്ല. പിന്നെയോ? ഇന്ന സഖാവ് ഇന്ന കാര്യത്തിൽ ഇന്ന രീതിയിൽ അഴിമതി നടത്തിയെന്ന് വ്യക്തമായ ആരോപണമുന്നയിച്ച് അതിനിരയായ സഖാവിന്റെ മേൽ നടപടിയാവശ്യപ്പെട്ടുകൊണ്ട് സ്വന്തം ഘടകത്തിലോ മേൽഘടകത്തിന്റെ മുമ്പാകെയോ അവതരിപ്പിക്കുകയാണ്.

അതുകൊണ്ട് ഫലമുണ്ടായിട്ടില്ലെങ്കിൽ മുമ്മൂന്ന് കൊല്ലത്തിൽ ഒരിക്കൽ നടക്കുന്ന പാർട്ടി സമ്മേളനങ്ങളിൽ വീണ്ടും അതവതരിപ്പിക്കാം.

പക്ഷേ, സ്വന്തം ഘടകത്തിലോ മേൽഘടകത്തിന്റെ മുമ്പിലോ അല്ലാതെ കീഴ്ഘടകങ്ങളുടെയോ ജനങ്ങളുടെയോ മുമ്പാകെയോ “സി പി ഐ(എം) ലേയും നേതാക്കൾ അഴിമതിക്കാരാണ്” എന്നു പറഞ്ഞു നടക്കാൻ ഒരു പാർട്ടി മെമ്പർക്കും അവകാശമില്ല.

അഴിമതിയുടേതടക്കം ഏതൊരാരോപണവും ഏത് നേതാവിനുമെതിരെ ഉന്നയിക്കാനെന്നപോലെ മറ്റേത് കാര്യത്തിനും വിമർശനം നടത്താൻ ഓരോ പാർട്ടി മെമ്പർക്കും അവകാശമുണ്ട്- സ്വന്തം ഘടകത്തിനകത്ത് നടക്കുന്ന ചർച്ചകളിലെന്നപോലെ മേൽഘടകങ്ങൾക്ക് നല്കുന്ന നിവേദനങ്ങളുടെ രൂപത്തിലും പാർട്ടി ഭരണഘടനയുടെ 12(ജി) എന്ന വകുപ്പ് പറയുന്നതുപോലെ “കേന്ദ്രകമ്മിറ്റി ഉൾപ്പെടെ ഇതുവരെയുള്ള ഏത് മേൽഘടകത്തിനും ഏതെങ്കിലും പ്രസ്താവനയോ പരാതിയോ അപ്പീലോ സമർപ്പിക്കാൻ” ഓരോ പാർട്ടിമെമ്പർക്കും അവകാശമുണ്ട്.

പാർട്ടിഘടകങ്ങൾക്ക് കൂട്ടായിട്ടെന്നപോലെ പാർട്ടിമെമ്പർമാർക്ക് വ്യക്തിപരമായുള്ള ഒരവകാശമാണിത്. പക്ഷേ, അതോടൊപ്പം അവർക്ക് രണ്ട് കടമകളുണ്ട്.

ഒന്നാമത്, താൻ ഉന്നയിച്ച ആരോപണത്തെ സംബന്ധിച്ച് സ്വന്തം ഘടകം ഏകകണ്ഠമായോ ഭൂരിപക്ഷമനുസരിച്ചോ എടുക്കുന്ന തീരുമാനങ്ങളും മേൽഘടങ്ങളുടെ തീർപ്പും അംഗീകരിച്ച് കൂറോടെ നടപ്പിലാക്കണം.

രണ്ടാമത്, മുകളിൽ സൂചിപ്പിച്ചതുപോലെ സ്വന്തം ഘടകത്തിലോ മേൽ ഘടകങ്ങളുടെ മുമ്പിലോ അല്ലാതെ കീഴ്ഘടകങ്ങളുടെ മുമ്പിലോ ജനങ്ങൾക്കിടയിലോ തന്റെ ആക്ഷേപം ആവർത്തിക്കാൻ പാടില്ല.

ഇതുപോലെ പാർട്ടിമെമ്പർമാർക്ക് വ്യക്തമായ ചില അവകാശങ്ങളും കടമകളും സിപി ഐ (എം) ഭരണഘടനയുടെ രണ്ട് വകുപ്പുകളിലായി എടുത്തുപറഞ്ഞിട്ടുണ്ട്. അവിടെ പറഞ്ഞ അവകാശങ്ങൾ ഉപയോഗിക്കാൻ പാർട്ടിമെമ്പർമാർക്ക് സൗകര്യമുണ്ടാക്കുകയും ഓരോ പാർട്ടിമെമ്പറും തന്റെ കടമകൾ നിറവേറ്റുന്നുണ്ടെന്ന് ഉറപ്പുവരുത്തുകയും ചെയ്യാൻ ബന്ധപ്പെട്ട പാർട്ടികമ്മിറ്റികൾക്ക് ബാദ്ധ്യതയുണ്ടെന്ന് പാർട്ടിയുടെ ഭരണഘടന എടുത്തുപറയുന്നു. വായനക്കാരുടെ സൗകര്യത്തിനുവേണ്ടി ആ രണ്ട് വകുപ്പുകളും ഇവിടെ ഉദ്ധരിച്ചു ചേർക്കുകയാണ്.

പാർട്ടി അംഗങ്ങളുടെ ചുമതലകൾ (വകുപ്പ് II)

എ. “തങ്ങൾ അംഗമായിട്ടുള്ള പാർട്ടി സംഘടനകളുടെ പ്രവർത്തനങ്ങളിൽ കൃത്യമായി പങ്കുകൊള്ളുകയും പാർട്ടിയുടെ നയവും തീരുമാനങ്ങളും നിർദ്ദേശങ്ങളും വിശ്വസ്തതയോടെ നടപ്പിലാക്കുകയും ചെയ്യുക.

ബി. മാർക്സിസം-ലെനിനിസം പഠിക്കുകയും സ്വന്തം അറിവിന്റെ നിലവാരം ഉയർത്താൻ പരിശ്രമിക്കുകയും ചെയ്യുക.

സി. പാർട്ടിപ്പത്രങ്ങളും പ്രസിദ്ധീകരണങ്ങളും വായിക്കുകയും അവ നിലനിർത്താൻ സഹായിക്കുകയും പ്രചരിപ്പിക്കുകയും ചെയ്യുക.

ഡി. പാർട്ടി ഭരണഘടന മാനിക്കുക. അച്ചടക്കം പാലിക്കുക, കമ്യൂണിസത്തിന്റെ മഹനീയമായ ആദർശങ്ങൾക്ക് അനസുരണമായും തൊഴിലാളിവർഗ്ഗ സാർവ്വദേശീയതത്വത്തിന്റെ അന്തഃസത്ത ഉൾക്കൊണ്ടും പെരുമാറുക.

ഇ. സ്വന്തം താല്പര്യങ്ങൾക്ക് ഉപരി പാർട്ടി താല്പര്യങ്ങൾക്ക് സ്ഥാനം നല്കുക.

എഫ്. ബഹുജനങ്ങളെ അർപ്പണ മനോഭാവത്തോടെ സേവിക്കുകയും അവരുമായുള്ള ബന്ധം നിരന്തരം ശക്തിപ്പെടുത്തുകയും ചെയ്യുക. ബഹുജനങ്ങളിൽനിന്ന് കാര്യങ്ങൾ ഗ്രഹിക്കുക. അവരുടെ ആവശ്യങ്ങളും അഭിപ്രായങ്ങളും പാർട്ടിക്ക് റിപ്പോർട്ട് ചെയ്യുക. പ്രത്യേകം ഒഴിവാക്കപ്പെടാത്തപക്ഷം പാർട്ടിയുടെ മാർഗ്ഗനിർദ്ദേശം അനുസരിച്ച് ഏതെങ്കിലും ഒരു ബഹുജനസംഘടനയിൽ പ്രവർത്തിക്കുക.

ജി. പാർട്ടി അംഗങ്ങൾ തമ്മിൽ സഖാക്കൾക്ക് അനുയോജ്യമായ ബന്ധം വളർത്തുകയും പാർട്ടിക്കുള്ളിൽ സാഹോദര്യ മനോഭാവം നിരന്തരം പ്രബലപ്പെടുത്തുകയും ചെയ്യുക.

എച്ച്. തനിയെയും കൂട്ടായും ഉള്ള പ്രവർത്തനം മെച്ചപ്പെടുത്തുവാനും അന്യോന്യം സഹായിക്കാനും ആയി വിമർശനവും സ്വയം വിമർശനവും പതിവായി നടത്തുക.

ഐ. പാർട്ടിയോട് ഉള്ളുതുറന്ന് സത്യസന്ധമായി പെരുമാറുക. പാർട്ടി അർപ്പിക്കുന്ന വിശ്വാസത്തെ വഞ്ചിക്കാതിരിക്കുക.

ജെ. പാർട്ടിയുടെ ഐക്യവും കെട്ടുറപ്പും സംരക്ഷിക്കുക. രാജ്യത്തിന്റെയും തൊഴിലാളിവർഗ്ഗത്തിന്റെയും ശത്രുക്കൾക്കെതിരായി ജാഗരൂകരായിരിക്കുക.

കെ. പാർട്ടിയുടെയും തൊഴിലാളിവർഗ്ഗത്തിന്റെയും രാജ്യത്തിന്റെയും ശത്രുക്കളുടെ കടന്നാക്രമണത്തിനെതിരായി പാർട്ടിയെ കാത്തു സൂക്ഷിക്കുകയും പാർട്ടിയുടെ ആദർശം ഉയർത്തിപ്പിടിക്കുകയും ചെയ്യുക.

പാർട്ടിയുടെ അംഗങ്ങളെക്കൊണ്ട് മേൽപ്പറഞ്ഞ ചുമതലകൾ നിറവേറ്റിക്കുകയും അവ നിർവ്വഹിക്കുന്നതിന് കഴിവുള്ളവിധത്തിലെല്ലാം സഹായിക്കുകയും ചെയ്യുക പാർട്ടി സംഘടനകളുടെ കടമയാണ്.

പാർട്ടി അംഗങ്ങളുടെ അവകാശങ്ങൾ (വകുപ്പ് 12)

എ. പാർട്ടി സംഘടനകളെയും പാർട്ടി കമ്മിറ്റികളെയും തിരഞ്ഞെടുക്കുക, അവയിലേക്ക് തിരഞ്ഞെടുക്കപ്പെടുക.

ബി. പാർട്ടി നയങ്ങളും പാർട്ടി തീരുമാനങ്ങളും രൂപീകരിക്കുന്നതിന് സംഭാവന നല്കാനായി ചർച്ചകളിൽ പങ്കെടുക്കുക.

സി. പാർട്ടിയിലെ സ്വന്തം പ്രവർത്തനത്തെപ്പറ്റി നിർദ്ദേശങ്ങൾ വെക്കുക.

ഡി. പാർട്ടി യോഗങ്ങളിൽവെച്ച് പാർട്ടി കമ്മിറ്റികളെയും ഭാരവാഹികളെയും വിമർശിക്കുക.

ഇ. തനിക്കെതിരായി അച്ചടക്കം നടപടിയെപ്പറ്റി ചർച്ച ചെയ്യുമ്പോൾ അതിനെപ്പറ്റി തന്റെ ഘടകത്തിൽ നേരിട്ട് ഹാജരായി തനിക്ക് പറയാനുള്ളത് പറയുക.

എഫ്. തന്റെ പാർട്ടി കമ്മിറ്റിയുടെയോ സംഘടനയുടെയോ ഏതെങ്കിലും തീരുമാനത്തോട് ഒരു പാർട്ടി അംഗം യോജിക്കുന്നില്ലെങ്കിൽ അയാൾക്ക് തന്റെ അഭിപ്രായം തൊട്ടടുത്ത മേൽകമ്മിറ്റിക്ക് സമർപ്പിക്കാവുന്നതാണ്. രാഷ്ട്രീയ അഭിപ്രായം കേന്ദ്രകമ്മിറ്റിവരെയുള്ള ഏത് മേൽകമ്മിറ്റിക്കും സമർപ്പിക്കാം. അത്തരം സന്ദർഭങ്ങളിലെല്ലാം പാർട്ടി അംഗം തീർച്ചയായും പാർട്ടി തീരുമാനങ്ങൾ നടപ്പാക്കേണ്ടതും അഭിപ്രായ ഭിന്നതകൾ പ്രായോഗിക പരീക്ഷണത്തിലൂടെയും സഖാക്കൾക്ക് അനുയോജ്യമായ ചർച്ചകളിലൂടെയും പരിഹരിക്കാൻ ശ്രമിക്കേണ്ടതുമാണ്.

ജി. കേന്ദ്രകമ്മിറ്റി ഉൾപ്പെടെ അതുവരെയുള്ള ഏത് മേൽഘടകത്തിനും എന്തെങ്കിലും പ്രസ്താവനയോ പരാതിയോ അപ്പീലോ സമർപ്പിക്കുക.

ഈ അവകാശങ്ങൾ മാനിക്കേണ്ടത് പാർട്ടി സംഘടനകളുടെയും ഭാരവാഹികളുടെയും കടമയാണ്.

ഇങ്ങനെ പാർട്ടിമെമ്പർമാരുടെ അവകാശങ്ങളും കടമകളും വ്യക്തമായി പ്രഖ്യാപിച്ചിട്ടുള്ള ഭരണഘടനകൾ ബൂർഷ്വാ പാർട്ടികൾക്കില്ല. അതുകൊണ്ട് ആ പാർട്ടികളുടെ മുമ്പിൽ ആനുകാലികമായി പൊന്തിവരുന്ന പ്രശ്നങ്ങളെ സംബന്ധിച്ച് വ്യാപകമായി ഉൾപ്പാർട്ടി ചർച്ചകൾ നടക്കുന്നില്ല. നേതൃസ്ഥാനത്തിരിക്കുന്ന ഒരാളുടെയോ ഏതാനും ആളുകളുടെയോ "തിരുവായ്ക്കെതിർവായില്ല" എന്നതാണ് അവരുടെ സംഘടനാ രീതി.

അതുകൊണ്ടാണ് അവയിലോരോന്നിലും രാഷ്ട്രീയ നയപരവും സംഘടനാപരവുമായ പ്രശ്നങ്ങൾ ഉയർന്നുവരിക മാത്രമല്ല അവയ്ക്ക് പരിഹാരം കാണാൻ കഴിയാതെ സംഘടന തകരുകകൂടി ചെയ്യുന്നത്. അതാണ് കോൺഗ്രസ് (ഇ), ബി ജെ പി, മുസ്ലീംലീഗ് മുതലായ ബൂർഷ്വാ പാർട്ടികളിൽ ഉരുണ്ടുകൂടിക്കൊണ്ടിരിക്കുന്ന പ്രതിസന്ധിക്കടിസ്ഥാനം. ജനതാദളമടക്കമുള്ള ബൂർഷ്വാ പ്രതിപക്ഷകക്ഷികൾക്കും ഉൾപാർട്ടി പ്രശ്നങ്ങൾ പരിഹരിക്കാനാവാതെ അവയും പ്രതിസന്ധിയിൽ ചെന്നു ചാടുന്നത് അതുകൊണ്ടാണ്.

ഇന്ത്യൻ കമ്യൂണിസ്റ്റ് പാർട്ടിയുടെ ചരിത്രത്തിൽ പലപ്പോഴും രാഷ്ട്രീയ

നയപരമായും സംഘടനാപരമായും ഭിന്നിപ്പുകളുണ്ടായിട്ടുണ്ട്. പലപ്പോഴും പിളർപ്പിന്റെ വക്കത്തുതന്നെ എത്തിയിട്ടുണ്ട്. 1964 ൽ പിളർപ്പുതന്നെ വന്നു. എങ്കിലും പിന്നീട് നടത്തിയ പ്രവർത്തനത്തിന്റെ ഫലമായി പ്രായോഗികതലത്തിൽ ഐക്യം വളർന്നുവരികയാണ്. പക്ഷേ താത്ത്വികവും ആശയപരവുമായ മേഖലകളിൽ ഇന്നും ഗൗരവാവഹമായ വിയോജിപ്പുണ്ട്. അതുകൊണ്ടാണ് “ഭിന്നിച്ചുപോയ കമ്യൂണിസ്റ്റുകാരെല്ലാം ഒരൊറ്റ സംഘടനയിൽ വരിക” എന്ന മുദ്രാവാക്യം പ്രാവർത്തികമാകാത്തത്.

കേരളത്തിൽ സി പി ഐ (എം) ന്റെ കാര്യം മാത്രമെടുത്താൽ, 1985 -86 കാലത്ത് അത് ഒരു പിളർപ്പിന്റെ വക്കത്തെത്തി. മുസ്ലീംലീഗുമായി കൂട്ടുകൂടണമെന്ന് വാദിക്കുന്നവരും അതിനെ എതിർക്കുന്നവരുമെന്ന രണ്ട് ചേരിയായി പാർട്ടി തിരിഞ്ഞു. പക്ഷേ, ഉൾപ്പാർട്ടി ജനാധിപത്യത്തിന്റെയും കേന്ദ്രീകൃത നേതൃത്വത്തിന്റെയും അടിസ്ഥാനത്തിൽ പിളർപ്പൊഴിവായി.

കൊച്ചിയിൽ നടന്ന സംസ്ഥാന സമ്മേളനത്തിലും കല്ക്കത്തയിൽ നടന്ന പാർട്ടി കോൺഗ്രസിലും വിശദമായി ചർച്ച ചെയ്ത് പ്രശ്നം പരിഹരിച്ചു. ആദ്യം ലീഗുമായി ചേരണമെന്ന് വാദിച്ചവർപോലും പാർട്ടി കോൺഗ്രസിനുശേഷം തെറ്റ് തിരുത്തി. അപ്പോഴും തെറ്റ് തിരുത്താൻ തയ്യാറാവാതിരുന്ന ഒരു ചെറുന്യൂനപക്ഷം പാർട്ടി വിട്ടുപോയി ഒരു പ്രത്യേക പാർട്ടി രൂപീകരിക്കുകയും ലീഗും കോൺഗ്രസും ചേർന്ന വിരുദ്ധ മുന്നണിയിൽ അംഗമാവുകയും ചെയ്തു.

ഈ മാതൃക സഖാവ് ഗൗരിയമ്മയെക്കൊണ്ടംഗീകരിപ്പിക്കാൻ ബൂർഷ്വാ മാധ്യമങ്ങൾ കൊണ്ടുപിടിച്ച് ശ്രമിച്ചു. അതിൽ നിന്നുളവായ സംഘടനാ പ്രശ്നം ആലപ്പുഴ ജില്ലാ കമ്മിറ്റിയും സ്റ്റേറ്റ് കമ്മിറ്റിയും വിശദമായി ചർച്ച ചെയ്തു. സഖാവ് ഗൗരിയമ്മയ്ക്ക് പറയാനുള്ളത് മുഴുവൻ കേട്ടതിനുശേഷം സ്റ്റേറ്റ് കമ്മിറ്റി ഏകകണ്ഠമായി തീരുമാനമെടുത്തു. അവർക്കെതിരെ അച്ചടക്ക നടപടി എടുക്കാനാണ് കമ്മിറ്റി തീരുമാനിച്ചതെന്നതിനാൽ കേന്ദ്ര കൺട്രോൾ കമ്മീഷന്റെ മുമ്പിൽ അപ്പീൽ ബോധിപ്പിക്കാനവർക്കവകാശമുണ്ട്. അച്ചടക്ക നടപടിക്കെതിരായ അപ്പീലെന്ന രൂപത്തിലല്ലാതെ തീരുമാനത്തിൽ ആക്ഷേപമുണ്ടെങ്കിൽ അത് സെൻട്രൽ കമ്മിറ്റിയുടെ മുമ്പാകെയും അവർക്ക് അവതരിപ്പിക്കാം. എന്നാൽ, അത് രണ്ടും അവർ ചെയ്യാത്തപക്ഷം- ഈ വരികളെഴുതുന്നതുവരെ അതവർ ചെയ്തിട്ടില്ല- ബൂർഷ്വാ മാധ്യമങ്ങൾ കൊട്ടിഘോഷിക്കുന്ന ‘ഗൗരിയമ്മ പ്രശ്ന’മെന്ന ഒന്ന് പാർട്ടിയുടെ മുമ്പിലുണ്ടാവുകയില്ല.

ഇതുപോലെ വ്യവസ്ഥാപിതമായ വല്ല ഭരണഘടനയും ചട്ടങ്ങളും ബൂർഷ്വാ പാർട്ടികൾക്കുണ്ടോ? ഇല്ലെന്നവർതന്നെ സമ്മതിക്കും. അതുകൊണ്ടാണ് അവർക്ക് തങ്ങളുടെ മുമ്പിൽ വരുന്ന രാഷ്ട്രീയ നയപരവും സംഘടനാപരവുമായ പ്രശ്നങ്ങൾക്ക് പരിഹാരം കാണാൻ കഴിയാതിരിക്കുന്നത്.

5

കേന്ദ്രീകൃത നേതൃത്വവും ഉൾപ്പാർട്ടി ജനാധിപത്യവും

ഓരോ പാർട്ടി മെമ്പർക്കുമുള്ള ചുമതലകൾ, അവകാശങ്ങൾ എന്നിവ നിർണ്ണയിക്കുന്ന പാർട്ടി ഭരണഘടനയുടെ 11 ഉം 12 ഉം വകുപ്പുകൾ കഴിഞ്ഞ അദ്ധ്യായത്തിൽ മുഴുവൻ എടുത്തുകൊടുത്തിരുന്നുവല്ലോ. ഈ ചുമതലകളും അവകാശങ്ങളും പ്രാവർത്തികമാക്കുന്നതിന് ഒഴിവാക്കാൻ വയ്യാത്ത ഉപാധിയാണ് ജനാധിപത്യ കേന്ദ്രീകരണം. അതിന്റെ തത്വങ്ങൾ നിർണ്ണയിക്കുന്ന ഭരണഘടനയിലെ 13-ാം വകുപ്പ് ഈ അദ്ധ്യായത്തിൽ അവസാനഭാഗത്ത് കൊടുക്കുന്നുണ്ട്.

പക്ഷേ, ഇവിടെ ഒരു ചോദ്യത്തിന് ആദ്യംതന്നെ ഉത്തരം പറയേണ്ടതുണ്ട്. സോവിയറ്റ് യൂണിയനടക്കമുള്ള കിഴക്കൻ യൂറോപ്യൻ രാജ്യങ്ങളിൽ സോഷ്യലിസത്തിന് നേരിട്ട തിരിച്ചടിയുടെ ഒരു പ്രധാന കാരണം ജനാധിപത്യ കേന്ദ്രീകരണത്തിന്റെ തത്വങ്ങൾ നടപ്പിലാക്കാത്തതല്ലേ? ആ സ്ഥിതിക്ക്, ഇനിയും ആ തത്വങ്ങളിൽ ഊന്നിനില്ക്കുന്നതിനർത്ഥമുണ്ടോ?

ഇതിനുത്തരം പറയണമെങ്കിൽ ലോക കമ്യൂണിസ്റ്റ് പ്രസ്ഥാനം ജനാധിപത്യപരമായ കേന്ദ്രീകരണത്തിൽ, അല്ലെങ്കിൽ കേന്ദ്രീകൃത നേതൃത്വത്തിലുള്ള വ്യാപകമായ ഉൾപ്പാർട്ടി ജനാധിപത്യത്തിൽ, ഊന്നിനില്ക്കുന്നത് എന്തുകൊണ്ടാണെന്ന് പരിശോധിക്കണം.

തൊഴിലാളിവർഗ്ഗത്തിന്റെ നേതൃത്വത്തിൽ മറ്റെല്ലാ അദ്ധ്വാനിക്കുന്ന ബഹുജനങ്ങളെയും അണിനിരത്തി ബൂർഷ്വാ ഭൂപ്രഭു ഭരണവർഗ്ഗങ്ങളെ അധികാരഭ്രഷ്ടരാക്കി സോഷ്യലിസ്റ്റ് സമൂഹം കെട്ടിപ്പടുക്കാനാണല്ലോ മാർക്സിസ്റ്റ്-ലെനിനിസ്റ്റ് പാർട്ടികൾ ശ്രമിക്കുന്നത്. ആ ശ്രമത്തിൽ പ്രാഥമികമായി പങ്കുവഹിക്കേണ്ടത് തൊഴിലാളി കർഷകാദി അദ്ധ്വാനിക്കുന്ന ബഹുജനങ്ങളാണ്. അവരെ സമരരംഗത്തിറക്കി അവരെക്കൊണ്ടുതന്നെ

ചൂഷകവർഗ്ഗങ്ങളെ പരാജയപ്പെടുത്തിക്കാൻ ശ്രമിച്ചാൽ മാത്രമേ സോഷ്യലിസ്റ്റ് വിപ്ലവം നടക്കുകയുള്ളൂ. വിപ്ലവത്തിനു ശേഷം സോഷ്യ ലിസ്റ്റ് സമൂഹ നിർമ്മാണം നടക്കണമെങ്കിലും തൊഴിലാളി-കർഷകാദി ബഹുജനങ്ങൾ സ്വതന്ത്രമായി പ്രവർത്തിക്കുന്ന ഒരു സംഘടിത ശക്തി യായി വളരണം.

വിപ്ലവത്തിന് നേതൃത്വം വഹിക്കുന്ന മാർക്സിസ്റ്റ്-ലെനിനിസ്റ്റ് പാർട്ടി ക്കകത്തുതന്നെ അണികളിലുള്ള ജനലക്ഷങ്ങൾ സ്വതന്ത്രമായി പ്രവർത്ത നരംഗത്ത് വരണം: ആനുകാലികമായി ഉയർന്നുവരുന്ന എല്ലാ പ്രശ്നങ്ങ ളെയും സംബന്ധിച്ച് സ്വന്തം അഭിപ്രായം രൂപീകരിക്കാനും അത് നേതൃ ത്വത്തെ ധരിപ്പിക്കാനും വേണ്ട മുൻകൈ പാർട്ടിമെമ്പർമാർക്കും ഘടക ങ്ങൾക്കും ഉണ്ടാവണം. ഇതാണ് വ്യാപകമായ ഉൾപ്പാർട്ടി ജനാധിപത്യ ത്തിന്റെ കാതൽ.

പക്ഷേ, വ്യാപകമായ ഉൾപ്പാർട്ടി ജനാധിപത്യത്തോടൊപ്പം കേന്ദ്രീ കൃതമായ നേതൃത്വംകൂടി ഉണ്ടായാലേ വിപ്ലവം വിജയിക്കുകയുള്ളൂ. എന്തു കൊണ്ടെന്നാൽ, തൊഴിലാളി-കർഷകാദി ബഹുജനങ്ങളിൽനിന്നുയർന്നു വന്നവരെങ്കിലും സാധാരണക്കാരെ അപേക്ഷിച്ച് കൂടുതൽ വർഗ്ഗബോ ധവും രാഷ്ട്രീയ വിജ്ഞാനവും സംഘടനാ സാമർത്ഥ്യവും ഉള്ളവരാണ് പാർട്ടിയുടെ തലപ്പത്തിരിക്കുന്ന നേതാക്കന്മാർ. ഉൾപ്പാർട്ടി ജനാധിപത്യ ത്തിലൂടെ ബഹുജനങ്ങളുടെയും പാർട്ടി അണികളുടെയും വികാര വിചാ രങ്ങൾ ഉൾകൊണ്ട് ബഹുജനങ്ങളുടെയും പാർട്ടി അണികളുടെയും വർഗ്ഗ ബോധം, രാഷ്ട്രീയ വിജ്ഞാനം, സംഘടനാപരമായ കഴിവ് എന്നിവയെ വളർത്തിയെടുക്കുന്നവരടങ്ങിയതാണ് പാർട്ടിയുടെ ഏറ്റവും ഉയർന്ന നേതൃ ത്വം.

പരസ്പര പൂരകമായ ഈ രണ്ട് ഘടകങ്ങൾ -ബഹുജനങ്ങളുടെ ഇടയിൽ നിന്ന് വരുന്ന പ്രാഥമിക രൂപത്തിലും വിവിധ തലങ്ങളിലുള്ള നേതൃത്വ ഘടകങ്ങളിൽ ഉയർന്ന രൂപത്തിലെത്തിയതുമായ വർഗ്ഗബോ ധം, രാഷ്ട്രീയ വിജ്ഞാനം സംഘടനാ സാമർത്ഥ്യം എന്നിവ- ചേർന്നാൽ മാത്രമേ ഫലപ്രദമായി പ്രവർത്തിക്കാൻ കഴിവുള്ള ഒരു തൊഴിലാളിവർഗ്ഗ വിപ്ലവപ്രസ്ഥാനം വളർന്നുവരികയുള്ളൂ. ഇതാണ് വ്യാപകമായ ഉൾപ്പാർട്ടി ജനാധിപത്യത്തെയും കർശനമായ അച്ചടക്കം പാലിക്കുന്ന നേതൃത്വ ത്തെയും കൂട്ടിയിണക്കുന്നത്.

ഈ സത്യം മനസ്സിലാക്കാതെ, 'ഉൾപ്പാർട്ടി ജനാധിപത്യം പാലി ക്കുന്ന'തിന്റെ പേരിൽ കേന്ദ്രനേതൃത്വലത്തിന്റെ പങ്ക് നിഷേധിക്കുകയാണ് സോവിയറ്റ് യൂണിയനടക്കമുള്ള കിഴക്കൻ യൂറോപ്യൻ രാജ്യങ്ങളിലെ റിവി ഷനിസ്റ്റ് നേതൃത്വം ചെയ്തത്. അതുകൊണ്ട് 'ഉൾപ്പാർട്ടി സ്വേച്ഛാധിപത്യ ത്തിനെതി'രായി അവർ സംഘടിപ്പിച്ച സമരം തൊഴിലാളിവർഗ്ഗ ജനാധി പത്യത്തെ ബൂർഷ്വാ ജനാധിപത്യമാക്കി മാറ്റി.

ആ തെറ്റ് തിരുത്തി, കമ്യൂണിസ്റ്റ് ഇന്റർനാഷണൽ നിലനിന്നിരുന്ന

കാലത്ത് കടന്നുവരാൻ തുടങ്ങിയ സ്വേച്ഛാധിപത്യ പ്രവണതയെയും പാർട്ടിയിലെ ഉദ്യോഗസ്ഥ മേധാവിത്വത്തെയും എതിർക്കുമ്പോൾ തന്നെ, മാർക്സിസം-ലെനിനിസത്തിന്റെ പ്രപഞ്ചവീക്ഷണം ഉൾക്കൊണ്ടവരും പ്രായോഗിക വിപ്ലവ പ്രവർത്തനത്തിന്റെ അനുഭവങ്ങൾക്ക് പൊതുതാത്ത്വികരൂപം നല്കാൻ കെല്പുള്ളവരുമായ ഒരു കേന്ദ്രീകൃത നേതൃത്വത്തെ രൂപപ്പെടുത്താൻ ഇന്നത്തെ മാർക്സിസ്റ്റ്-ലെനിനിസ്റ്റുകാർ ശ്രമിച്ചുകൊണ്ടിരിക്കുകയാണ്. അതിന്റെ ഫലമായി ചൈന, വിയത്നാം, കൊറിയ, ക്യൂബ എന്നീ സോഷ്യലിസ്റ്റ് രാജ്യങ്ങളിലും വികസിതാവികസിത വ്യത്യാസമില്ലാതെ മുതലാളിത്ത രാജ്യങ്ങളിലുമുള്ള മാർക്സിസ്റ്റ്-ലെനിനിസ്റ്റ് പാർട്ടികൾ സൈദ്ധാന്തികവും രാഷ്ട്രീയ നയപരവുമായ രംഗത്തെന്ന പോലെ സംഘടനാ രംഗത്തും പുതിയ പരീക്ഷണങ്ങൾ നടത്തിക്കൊണ്ടിരിക്കുകയാണ്.

എന്നുവെച്ചാൽ, ജനാധിപത്യപരമായ കേന്ദ്രീകരണം. കേന്ദ്രീകൃത നേതൃത്വത്തിൽ ജനാധിപത്യം എന്ന മാർക്സിസ്റ്റ്-ലെനിനിസ്റ്റ് സംഘടനാതത്ത്വം ഇന്നും പ്രസക്തമാണ്. പക്ഷേ, അതിന്റെ പ്രയോഗത്തിൽ വന്ന പിശകുകളും പാളിച്ചകളും തിരുത്തി, മറ്റ് രംഗങ്ങളിലെന്നപോലെ, സംഘടനാരംഗത്തെയും നവീകരിക്കണം.

പാർട്ടിയുടെ ആഭ്യന്തരമായ സംഘടനാ നിലപാട് വിമർശനാത്മകമായി പരിശോധിച്ചുകൊണ്ട് സാൽക്കിയ സമ്മേളനം മുഖ്യമായി രണ്ട് നിഗമനങ്ങളിൽ ചെന്നെത്തി.

ഒന്നാമത്, ഉൾപ്പാർട്ടി ജനാധിപത്യത്തെ തകർക്കും വിധത്തിൽ നേതാക്കളുടെ വ്യക്തിമേധാവിത്വം. സംഘടനാതലത്തിൽ ഉദ്യോഗസ്ഥ ദുഷ്പ്രഭുത്വം മുതലായ വ്യതിയാനങ്ങൾ വ്യാപകമായി നിലവിലിരിക്കുന്നുണ്ട്. അവർക്കെതിരായി ഉറച്ചു നിന്ന് പോരാടാൻ എല്ല നിലവാരത്തിലുമുള്ള പാർട്ടി ഘടകങ്ങൾ തയ്യാറാവണം.

രണ്ടാമത്, നേതൃത്വത്തിലുള്ള ഈ വ്യതിയാനങ്ങളുടെ മറുപുറമെന്ന നിലയ്ക്ക് സംഘടനാപരമായ അച്ചടക്കത്തെ കാറ്റിൽ പറത്തിക്കൊണ്ടുള്ള നടപടികൾ അണികളുടെ ഭാഗത്തുനിന്ന് വരുന്നുണ്ട്. അവർക്കെതിരായും നിരന്തരമായി പാർട്ടി പോരാടണം.

എങ്കിൽ മാത്രമേ ഉൾപ്പാർട്ടി ജനാധിപത്യത്തിന്റെ അടിസ്ഥാനത്തിലുള്ള കേന്ദ്രീകൃത നേതൃത്വവും കേന്ദ്രീകൃത നേതൃത്വത്തിന്റെ മാർഗ്ഗനിർദ്ദേശത്തോടുകൂടിയ ജനാധിപത്യവും പ്രാവർത്തികമാകുകയുള്ളൂ. ജനാധിപത്യവിപ്ലവം പൂർത്തിയാക്കി സോഷ്യലിസ്റ്റ് വിപ്ലവത്തിലേക്ക് നീങ്ങേണ്ടിയിരിക്കുന്ന ഇന്ത്യയെപ്പോലുള്ള രാജ്യങ്ങളിൽ തൊഴിലാളിവർഗ്ഗത്തിന് മുമ്പോട്ടു പോകണമെങ്കിൽ നേതൃതലത്തിലും അണികളിലുമുള്ള വ്യക്തിമേധാവിത്വം ഉദ്യോഗസ്ഥദുഷ്പ്രഭുത്വം അച്ചടക്കലംഘനം മുതലായവയ്ക്കെതിരെ നിതാന്ത ജാഗ്രത പുലർത്തുന്ന ഒരു പാർട്ടി സംഘടന നമുക്കുണ്ടാവണം. അതുകൊണ്ടാണ് പാർട്ടിഭരണഘടനയുടെ 13-ാം വകു

പ്പിൽ ഇങ്ങനെ പറയുന്നത്:

1. പാർട്ടി സംഘടനയുടെ അടിസ്ഥാനവും ഉൾപ്പാർട്ടി ജീവിതത്തിന് വഴികാട്ടുന്നതും ജനാധിപത്യ കേന്ദ്രീകരണത്തിന്റെ തത്ത്വങ്ങളാണ്. ജനാധിപത്യ കേന്ദ്രീകരണമെന്ന് പറഞ്ഞാൽ ഉൾപ്പാർട്ടി ജനാധിപത്യത്തിന്റെ അടിസ്ഥാനത്തിലുള്ള കേന്ദ്രീകൃത നേതൃത്വമെന്നും കേന്ദ്രീകൃത നേതൃത്വത്തിന്റെ മാർഗ്ഗനിർദ്ദേശത്തോടുകൂടിയ ജനാധിപത്യമെന്നും ആണ് അർത്ഥം.

പാർട്ടി ഘടനയുടെ രംഗത്ത് ജനാധിപത്യ കേന്ദ്രീകരണത്തിന്റെ മാർഗ്ഗദർശകതത്ത്വങ്ങൾ താഴെ പറയുന്നവയാണ്.

എ. ഉന്നതതലംതൊട്ട് താഴേപ്പടിവരെയുള്ള എല്ലാ പാർട്ടി ഘടകങ്ങളും തിരഞ്ഞെടുക്കപ്പെട്ടവയാകുന്നു.

ബി. ന്യൂനപക്ഷം ഭൂരിപക്ഷ തീരുമാനം നടപ്പിൽ വരുത്തണം. പാർട്ടിയുടെ കീഴ്ഘടകങ്ങൾ മേൽഘടകങ്ങളുടെ തീരുമാനങ്ങളും നിർദ്ദേശങ്ങളും നടപ്പാക്കണം. വ്യക്തികൾ കൂട്ടായ തീരുമാനങ്ങൾക്കും ഇച്ഛയ്ക്കും കീഴ്പ്പെടണം. പാർട്ടി കോൺഗ്രസിന്റെയും കേന്ദ്ര കമ്മിറ്റിയുടെയും തീരുമാനങ്ങളും നിർദ്ദേശങ്ങളും എല്ലാ പാർട്ടി സംഘടനകളും നടപ്പാക്കണം.

സി. എല്ലാ പാർട്ടി കമ്മിറ്റികളും തങ്ങളുടെ പ്രവർത്തനങ്ങളെ സംബന്ധിച്ച് തൊട്ട് കീഴിലുള്ള പാർട്ടി ഘടകങ്ങൾക്ക് കാലാകാലങ്ങളിൽ റിപ്പോർട്ട് ചെയ്യണം. അതുപോലെതന്നെ എല്ലാ കീഴ്കമ്മിറ്റികളും മേലെയുള്ളവർക്കും റിപ്പോർട്ട് ചെയ്യണം.

ഡി. എല്ലാ പാർട്ടി കമ്മിറ്റികളും നേതൃസ്ഥാനത്തുള്ളവ പ്രത്യേകിച്ചും കീഴ്കമ്മിറ്റികളുടെയും കീഴ് സംഘടനകളുടെയും പാർട്ടി അണികളിലെ അംഗങ്ങളുടെയും അഭിപ്രായങ്ങളും വിമർശനങ്ങളും നിരന്തര ശ്രദ്ധയോടെ പരിഗണിക്കേണ്ടതാണ്.

ഇ. എല്ലാ പാർട്ടികമ്മിറ്റികളും കൂട്ടായ തീരുമാനത്തിന്റെയും പ്രവർത്തന പരിശോധനയുടെയും (ചെക്ക്-അപ്പ്) അടിസ്ഥാനത്തിലും വ്യക്തിപരമായ ഉത്തരവാദിത്വത്തോടെയും പ്രവർത്തിക്കേണ്ടതാണ്.

എഫ്. എല്ലാ സാർവ്വദേശീയ പ്രശ്നങ്ങളും, അഖിലേന്ത്യാ സ്വഭാവമുള്ളവയോ ഒന്നിലധികം സംസ്ഥാനങ്ങളെ സംബന്ധിക്കുന്നവയോ ആയ പ്രശ്നങ്ങളും രാജ്യവ്യാപകമായി ഏകീകൃത തീരുമാനം ആവശ്യമായ പ്രശ്നങ്ങളും സംബന്ധിച്ച് അഖിലേന്ത്യാ പാർട്ടി സംഘടനകൾ തീരുമാനമെടുക്കേണ്ടതാണ്. സംസ്ഥാന വ്യാപകമോ ജില്ലയെ മാത്രം ബാധിക്കുന്നതോ ആയ പ്രശ്നങ്ങൾ സാധാരണഗതിയിൽ അതാത് പാർട്ടി സംഘടനകൾക്ക് തീരുമാനിക്കാവുന്നതാണ്. എന്നാൽ ഒരു നിലയ്ക്കും അത്തരം തീരുമാനങ്ങൾ മേൽക്കമ്മിറ്റികളുടെ തീരുമാനങ്ങൾക്ക് വിരുദ്ധമാകാൻ പാടില്ല.

സംസ്ഥാന പ്രാധാന്യം വരെയുള്ള ഏതെങ്കിലും പ്രശ്നത്തിൽ പാർട്ടിയുടെ കേന്ദ്ര നേതൃത്വത്തിന് തീരുമാനം എടുക്കേണ്ടതായി വരുമ്പോൾ സാധാരണഗതിയിൽ ബന്ധപ്പെട്ട സംസ്ഥാന കമ്മിറ്റിയുമായി ആലോചിച്ചേ അങ്ങനെ ചെയ്യാവൂ. ജില്ലയെ സംബന്ധിച്ച കാര്യങ്ങളിൽ സംസ്ഥാന കമ്മിറ്റിയും അങ്ങനെയെ ചെയ്യാവൂ.

ജി. അഖിലേന്ത്യാ തലത്തിൽ പാർട്ടി നയങ്ങളെ ബാധിക്കുന്നവയും എന്നാൽ പാർട്ടി അതിന്റെ നിലപാട് ആദ്യമായി പ്രകടിപ്പിക്കേണ്ടിവരുന്നതുമായ പ്രശ്നങ്ങളിൽ നയപരമായ പ്രസ്താവന ചെയ്യാൻ കേന്ദ്രകമ്മിറ്റിക്ക് മാത്രമേ അധികാരമുള്ളൂ. കേന്ദ്ര നേതൃത്വത്തിന്റെ പരിഗണനയ്ക്കായി അതേക്കുറിച്ച് തങ്ങളുടെ നിർദ്ദേശങ്ങളും അഭിപ്രായങ്ങളും തക്കസമയത്ത് അറിയിക്കാൻ കീഴ്കമ്മിറ്റികൾക്കവകാശമുണ്ട്; അവയങ്ങനെ ചെയ്യേണ്ടതുമാണ്.

2. പാർട്ടി അംഗങ്ങളുടെയാകെയും ജനകീയ പ്രസ്ഥാനത്തിന്റെയും അനുഭവങ്ങളുടെ അടിസ്ഥാനത്തിൽ ഉൾപ്പാർട്ടി ജീവിതരംഗത്ത് ജനാധിപത്യ കേന്ദ്രീകരണത്തിന്റെ താഴെപ്പറയുന്ന നിർദ്ദേശക തത്ത്വങ്ങൾ നടപ്പാക്കിയിരിക്കുന്നു.

എ. പാർട്ടിയെയും അതിന്റെ നയങ്ങളെയും പ്രവർത്തനങ്ങളെയും ബാധിക്കുന്ന എല്ലാ പ്രശ്നങ്ങളെയും പറ്റി പാർട്ടി ഘടകങ്ങളിൽ സ്വതന്ത്രവും തുറന്നതുമായ ചർച്ച നടത്തുക.

ബി. പാർട്ടി നയങ്ങൾ നടപ്പാക്കുന്നതിലും പ്രചരിപ്പിക്കുന്നതിലും പാർട്ടി അംഗങ്ങളെ സജീവമാക്കാനും പ്രത്യയശാസ്ത്രപരവും രാഷ്ട്രീയവുമായ അവരുടെ നിലവാരം ഉയർത്താനും പാർട്ടി ജീവിതത്തിലും പ്രവർത്തനത്തിലും ഫലപ്രദമായി പങ്കുവഹിക്കാൻ ഉതകുംവിധം അവരുടെ പൊതുവിജ്ഞാനം മെച്ചപ്പെടുത്താനും ഉള്ള ശ്രമങ്ങൾ നിരന്തരമായി നടത്തുക.

സി. ഒരു പാർട്ടി കമ്മിറ്റിയിൽ ഗുരുതരമായ അഭിപ്രായവ്യത്യാസങ്ങൾ ഉയർന്നുവന്നാൽ യോജിപ്പിലെത്തുന്നതിനുവേണ്ടി എല്ലാ പ്രകാരേണയും യത്നിക്കുക. ഇത് കഴിയാതെ വന്നാൽ പാർട്ടിക്കും ബഹുജനപ്രസ്ഥാനത്തിനും പെട്ടെന്ന് ഒരു തീരുമാനം ഇതേക്കുറിച്ച് ആവശ്യമില്ലാത്തപക്ഷം തുടർന്നുള്ള ചർച്ച വഴി അഭിപ്രായഭിന്നതകൾ പരിഹരിക്കാൻ വേണ്ടി തീരുമാനം മാറ്റിവെക്കുക.

ഡി. മേലെക്കിടയിലുള്ളവതൊട്ട് താഴെക്കിടയിലുള്ളവ വരെ എല്ലാ നിലവാരത്തിലും വിമർശനവും സ്വയം വിമർശനവും കീഴ്കമ്മിറ്റികളിൽ നിന്നുള്ള വിമർശനം പ്രത്യേകിച്ചും പ്രോത്സാഹിപ്പിക്കുക.

ഇ. എല്ലാ നിലവാരത്തിലും ഉദ്യോഗസ്ഥമേധാവിത്ത പ്രവണതകൾക്കെതിരായി നിരന്തരം സമരം ചെയ്യുക.

എഫ്. പാർട്ടിക്കുള്ളിൽ ഏത് രൂപത്തിലുള്ളതായാലും ശരി വിഭാഗീയതയും വിഭാഗീയ ഗ്രൂപ്പുകളും അനുവദിക്കില്ല.

ജി. പാർട്ടിക്കുള്ളിൽ സാഹോദര്യബന്ധവും പരസ്പര സഹായവും വളർത്തുക. സഖാക്കളോട് സഹാനുഭൂതിയോടെ പെരുമാറിക്കൊണ്ട് അവരുടെ തെറ്റ് തിരുത്തുക; അവരെയും അവരുടെ പ്രവർത്തനത്തെയും ഒറ്റപ്പെട്ട തെറ്റുകളുടെയോ സംഭവങ്ങളുടെയോ അടിസ്ഥാനത്തിലല്ലാതെ പാർട്ടിക്ക് അവർ നല്കിയ സേവനങ്ങളെ ആകെ കണക്കിലെടുത്തുകൊണ്ട് വിലയിരുത്തുക–അങ്ങനെ പാർട്ടി മനോഭാവവും പാർട്ടിബോധവും വളർത്തുക.

6

"പോഷക സംഘടനാ" രാഷ്ട്രീയം

വർഗ്ഗ ബഹുജനസംഘടനകളും പാർട്ടിയും തമ്മിലുള്ള ബന്ധമെന്തായിരിക്കണമെന്ന പ്രശ്നം സാൽക്കിയ പ്ലീനം വിശദമായി ചർച്ച ചെയ്യുകയുണ്ടായല്ലോ. രണ്ട് മുഖ്യ നിഗമനങ്ങളിലാണ് സമ്മേളനം ചെന്നെത്തിയത്.

ഒന്നാമത്, സ്വാതന്ത്ര്യവും ജനാധിപത്യപരമായും പ്രവർത്തിക്കേണ്ട വർഗ്ഗ ബഹുജനസംഘടനകളെ പാർട്ടിയുടെ വെറും 'പോഷകസംഘടന'കളായി കണക്കാക്കുന്നത് തെറ്റാണ്. പാർട്ടിയുടെ സബ് കമ്മിറ്റി, ഫ്രാക്ഷൻ എന്നീ സംഘടനകൾ മുൻകൂട്ടി തീരുമാനമെടുത്ത് ആ തീരുമാനങ്ങൾ വർഗ്ഗ ബഹുജനസംഘടനകളിലെ പാർട്ടി മെമ്പർമാരെക്കൊണ്ട് അച്ചടക്കത്തിന്റെ പേരിൽ അടിച്ചേല്പിക്കുന്നത് വർഗ്ഗ ബഹുജനസംഘടനകളുടെ സ്വതന്ത്രവും ജനാധിപത്യപരവുമായ പ്രവർത്തനത്തിന് തടസ്സമാണ്. ഈ പ്രവർത്തന ശൈലി മാറ്റി വർഗ്ഗ ബഹുജന സംഘടനകളുടെ ജനധിപത്യപരമായ പ്രവർത്തനം പുനസ്ഥാപിക്കണം.

രണ്ടാമത്, വർഗ്ഗ ബഹുജനസംഘടനകൾക്കകത്ത് പ്രവർത്തിക്കുന്ന പാർട്ടിമെമ്പർമാർ പാർട്ടിയോട് വ്യക്തമായുള്ള ഉത്തരവാദിത്വം പലപ്പോഴും മറക്കുന്നു. വർഗ്ഗബഹുജനസംഘടനകളുടെ മുഖ്യ രാഷ്ട്രീയ കടമ ആ സംഘടനകളിലെ അംഗങ്ങളുടെ വർഗ്ഗബോധവും രാഷ്ട്രീയ വിജ്ഞാന നിലവാരവും സംഘടനാ സാമർത്ഥ്യവും ഉയർത്തി ജനകീയ ജനാധിപത്യ വിപ്ലവത്തിനുവേണ്ടിയുള്ള സമരത്തിലെ മുഖ്യചാലക ശക്തികളാക്കി അവരെ വളർത്തലാണ്. അത് നിറവേറ്റുന്നതിനുപകരം തങ്ങളുടെ 'നിയന്ത്രണ'ത്തിലുള്ള വർഗ്ഗ ബഹുജനസംഘടനകളെ സ്വന്തം 'പോക്കറ്റ് സംഘടന'കളാക്കി പ്രവർത്തിപ്പിക്കാനും പാർട്ടിയെ മറികടക്കാനുമുള്ള പ്രവണത നേതൃത്വതലത്തിലുള്ളവരടക്കം പല പാർട്ടി സഖാക്കളും പ്രകടിപ്പിക്കുന്നുണ്ട്.

ഈ രണ്ട് ദുഷ്പ്രവണതകളും അവസാനിപ്പിച്ച് വർഗ്ഗ ബഹുജനസംഘടനകളുടെ സ്വതന്ത്രവും ജനാധിപത്യപരവുമായ പ്രവർത്തനം പുന

സ്ഥാപിക്കുന്നതോടൊപ്പം വർഗ്ഗ ബഹുജനസംഘടനകളിലെ മെമ്പർമാരുടെ ഇടയിൽ മാർക്സിസം-ലെനിനിസത്തിന്റെ ആശയങ്ങൾ വ്യാപകമായി പ്രചരിപ്പിച്ച് വർഗ്ഗ ബഹുജനസംഘടനകളിലെ അംഗങ്ങളിൽനിന്ന് കൂടുതൽ കൂടുതൽ മാർക്സിസ്റ്റ്-ലെനിനിസ്റ്റുകാരെ സൃഷ്ടിക്കുക കൂടി ചെയ്യുന്ന ഒരു പ്രവർത്തന ശൈലി രൂപപ്പെടുത്തണം.

ഈ നിഗമനങ്ങളിൽ ചെന്നെത്തി. 13 വർഷം കഴിഞ്ഞിട്ടാണ് പാർട്ടിയുടെ 14-ാം കോൺഗ്രസ് ചെന്നൈയിൽ ചേർന്നത്. സാൽക്കിയ നിർദ്ദേശങ്ങൾ എത്രത്തോളം നടപ്പിലാക്കിയെന്ന വിശദമായ പരിശോധന കോൺഗ്രസ് നടത്തി. ഫലം അങ്ങേയറ്റം നിരാശാജനകമായിരുന്നു.

ചില്ലറ പുരോഗതിയുണ്ടായിരുന്നുവെങ്കിലും സാൽക്കിയ സമ്മേളനം ചൂണ്ടിക്കാണിച്ച മൗലികമായ പിശകുകൾ രണ്ടും തുടരുകയാണ് വർഗ്ഗ ബഹുജനസംഘടനകൾ ഇന്നും സ്വതന്ത്രവും ജനാധിപത്യപരവുമായി പ്രവർത്തിക്കുന്നില്ല: സബ്കമ്മിറ്റിയും ഫ്രാക്ഷനും മുൻകൂട്ടിയെടുക്കുന്ന തീരുമാനങ്ങൾക്ക് ഔപചാരികമായ അംഗീകാരം നല്കുന്നതിനുള്ള വേദികളായാണ് വർഗ്ഗ ബഹുജനസംഘടനകളുടെ കമ്മിറ്റികളും കൗൺസിലുകളും നിലനില്ക്കുന്നത്.

നേതൃത്വതലത്തിലുള്ളവരടക്കം വർഗ്ഗ ബഹുജനസംഘടനകളിൽ പ്രവർത്തിക്കുന്ന പാർട്ടി മെമ്പർമാരാകട്ടെ, തങ്ങൾ പ്രവർത്തിക്കുന്ന വർഗ്ഗ ബഹുജനസംഘടനകൾക്കകത്ത് പാർട്ടി നിർദ്ദേശിക്കുന്നതനുസരിച്ച് ആശയപരവും രാഷ്ട്രീയ നയപരവുമായ ബോധവല്കരണ ജോലിയിലേർപ്പെടാൻ മെനക്കെടുന്നില്ല. നേരെമറിച്ച്, സബ്കമ്മിറ്റിയിലൂടെയും ഫ്രാക്ഷനിലൂടെയും വർഗ്ഗ ബഹുജനസംഘടനകളുടെമേൽ 'നിയന്ത്രണം' ചെലുത്താനാണ് അവയിൽ പ്രവർത്തിക്കുന്ന മിക്ക സഖാക്കളും ശ്രമിക്കുന്നത്.

ഈ സ്ഥിതി ഉളവാകാനുള്ള മുഖ്യകാരണം ഇന്ന് നിലവിലുള്ള സി ഐ ടി യു, കർഷകസംഘം, കർഷകതൊഴിലാളി യൂണിയൻ വിദ്യാർത്ഥി-യുവജന-മഹിളാ സംഘടനകൾ എന്നിവയെല്ലാം പാർട്ടിയുടെ നിയന്ത്രണത്തിലുള്ളവയാണെന്നതാണ്. അതങ്ങനെ തുടരുകയാണ് മാർക്സിസം-ലെനിനിസമെന്ന ബോധം പോലും പാർട്ടി മെമ്പർമാരിലുണ്ട്. കോൺഗ്രസ്, ബി ജെ പി മുതലായ ബൂർഷ്വാ പാർട്ടികൾക്കും സി പി ഐ മുതലായ ഇടതുപക്ഷ പാർട്ടികൾക്കും അവരവരുടേതായ 'പോഷക സംഘടന'കളുള്ളതുപോലെ സി പി ഐ (എം) നും സ്വന്തം 'പോഷക സംഘടന'കൾ ഉണ്ടാവണമെന്ന ബോധമാണ് സഖാക്കളെ നയിക്കുന്നത്. വിവിധ പാർട്ടികൾക്ക് പങ്കാളിത്തമുള്ള— നമ്മുടെ പാർട്ടിക്ക് ഭൂരിപക്ഷമില്ലാത്ത— ഒരു വർഗ്ഗ ബഹുജനസംഘടനയിൽ പ്രവർത്തിക്കുന്നതിനെക്കുറിച്ച് ചിന്തിക്കാൻപോലും നമ്മുടെ സഖാക്കൾക്ക് കഴിയുന്നില്ല.

ഇത് മാർക്സിസം-ലെനിനിസത്തിന്റെ സംഘടനാതത്ത്വങ്ങൾക്ക് കടകവിരുദ്ധമാണ്. സി ഐ ടി യുവിന്റെ സ്ഥാപന സമ്മേളനത്തിൽ പ്രഖ്യാപിക്കപ്പെട്ടതുപോലെ ഇന്ത്യൻ തൊഴിലാളിവർഗ്ഗത്തിന് കക്ഷിപരിഗണനകൾക്കതീമായ ഒരു ഏകീകൃത സംഘടനയുണ്ടാവലാണ് തൊഴിലാളിവർഗ്ഗ

രാഷ്ട്രീയത്തിന്റെ അടിത്തറയായി നാം കാണുന്നത്. കൃഷിക്കാർ കാർഷിക തൊഴിലാളികൾ, വിദ്യാർത്ഥികൾ, യുവജനങ്ങൾ, മഹിളമാർ മുതലായ മറ്റ് ജനവിഭാഗങ്ങൾക്കും കക്ഷിരാഷ്ട്രീയ പരിഗണനകൾക്കതീതമായ ഏകീകൃത ബഹുജനസംഘടകളുണ്ടാവണം. എങ്കിൽ മാത്രമേ ജനകീയ ജനാധിപത്യ വിപ്ലവത്തിന് തൊഴിലാളി- കർഷകാദി ബഹുജനങ്ങളെ സന്നദ്ധരാക്കാൻ കഴിയൂ.

വിപ്ലവപരമായ ബഹുജന പ്രവർത്തനം നടത്തുന്നതിനുപകരം ബൂർഷ്വാ പാർലമെന്ററി സംഘടനാരീതി അവലംബിക്കുന്നവർക്ക് ഓരോ പാർട്ടിയുടെയും 'പോഷകസംഘടന'കൾ ആവശ്യമാണ്: അവയിലൂടെ സ്വന്തം 'വോട്ടുബാങ്കുകൾ' സൃഷ്ടിക്കുകയാണവർ ചെയ്യുന്നത്. മാർക്സിസ്റ്റ്-ലെനിനിസ്റ്റുകാർക്കാകട്ടെ വിപ്ലവം സംഘടിപ്പിക്കാനുള്ള പ്രധാന സമരോപകരണമാവേണ്ടതാണ് വർഗ്ഗ ബഹുജനസംഘടനകൾ. അതിനാകട്ടെ കക്ഷിരാഷ്ട്രീയ പരിഗണനക്കതീതമായി തൊഴിലാളി- കർഷകാദി ബഹുജനങ്ങളുടെ ഏകീകൃത സംഘടനകളുണ്ടാവുകയും വേണം.

ഇങ്ങനെ കക്ഷിരാഷ്ട്രീയത്തിനതീതമായി ഏകീകൃതമായ വർഗ്ഗ ബഹുജനസംഘടനകളുണ്ടാവുമ്പോൾ അവയ്ക്കകത്ത് ജനകീയ ജനാധിപത്യ വിപ്ലവത്തിന്റെയും തുടർന്നുവരുന്ന സോഷ്യലിസ്റ്റ് വിപ്ലവത്തിന്റെയും കമ്യൂണിസ്റ്റ് സമൂഹ നിർമ്മാണത്തിന്റെയും ആശയഗതിക്കും കാഴ്ചപ്പാടിനും വേണ്ടിയുള്ള താത്ത്വികവും പ്രായോഗികവുമായ രാഷ്ട്രീയ പ്രവർത്തനം നടത്തണം. അതിനുള്ള ഉപകരണങ്ങളാണ് പാർട്ടി കമ്മിറ്റികൾ സംഘടിപ്പിക്കുന്ന സബ്കമ്മിറ്റികളും ഫ്രാക്ഷനുകളും. അവയുടെ ജോലി മുഖ്യമായും ആശയപരവും രാഷ്ട്രീയ നയപരവുമാണെന്നർത്ഥം.

ഈ ജോലി നിറവേറ്റുമ്പോൾ നമ്മുടേതുപോലെ മറ്റ് (ബൂർഷ്വാ-പെറ്റിബൂർഷ്വാ) പാർട്ടികളും വർഗ്ഗബഹുജനസംഘടനകൾകകത്ത് പ്രവർത്തിക്കുമെന്ന സത്യം മനസ്സിലാക്കണം. ആശയപരവും രാഷ്ട്രീയ നയപരവുമായ പ്രശ്നങ്ങളിൽ അവരുടെയും നമ്മുടെയും നേതാക്കളും മറ്റ് സഖാക്കളും സ്വാഭാവികമായി ഏറ്റുമുട്ടും. അത്തരം പ്രശ്നങ്ങളിലെല്ലാം മാർക്സിസം-ലെനിനിസത്തിന്റെ വിപ്ലവ വീക്ഷണം ഉയർത്തിപ്പിടിക്കുമ്പോൾതന്നെ, ഓരോ വർഗ്ഗ ബഹുജനസംഘടനയുടെയും തനതായ വ്യക്തിത്വവും സംഘടനാപരമായ സ്വാതന്ത്ര്യവും നിലനിർത്തുകകൂടി ചെയ്യാൻ ശ്രമിക്കുന്നത് നേതാക്കളടക്കമുള്ള നമ്മുടെ സഖാക്കളുടെ കടമയാണ്.

വർഗ്ഗ ബഹുജനസംഘടനകളുടെ ഐക്യത്തിന്റെയും സ്വാതന്ത്ര്യത്തിന്റെയും പേരുപറഞ്ഞ് ആശയപരവും രാഷ്ട്രീയ നയപരവുമായ കാര്യങ്ങളിൽ അന്യചിന്താഗതികൾക്ക് കീഴ്വഴങ്ങരുത്; അതേയവസരത്തിൽ വിവിധ ചിന്താഗതിക്കാരുൾക്കൊള്ളുന്ന വർഗ്ഗ ബഹുജനസംഘടനകളുടെ ഐക്യവും സ്വതന്ത്ര പദവിയും പരമാവധി നിലനിർത്തുകയും വേണം. ഈ രണ്ട് കടമകളും സമന്വയിപ്പിച്ചുകൊണ്ടുള്ള ഒരു പ്രവർത്തനശൈലിയും സംഘടനാ രീതിയും രൂപപ്പെടുത്തിയാൽ മാത്രമേ സാൽക്കിയ സമ്മേളനം ചൂണ്ടിക്കാണിച്ച രണ്ട് ദുഷ്പ്രവണതകൾക്കെതിരെ പോരാടി വർഗ്ഗ ബഹുജനസംഘടനകളെ ജനകീയ ജനാധിപത്യ വിപ്ലവത്തിന്റെ

പുരോഗതിക്ക് ഉപയോഗിക്കാൻ കഴിയൂ.

ഇത് എളുപ്പമായ ജോലിയല്ല. നമ്മുടെ നേതൃത്വത്തിലുള്ള വർഗ്ഗ ബഹുജനസംഘടനകൾ, അവയെ നയിക്കുകയും നിയന്ത്രിക്കുകയും ചെയ്യുന്നതിന് പാർട്ടിയുടെ സബ്കമ്മിറ്റികളും ഫ്രാക്ഷനുകളും എന്ന രീതിയിൽ ചിന്തിക്കുകയും പ്രവർത്തിക്കുകയും ചെയ്തതിന്റെ ഫലമായി വളർന്നുവന്ന ഒരു പ്രവർത്തകശൈലിക്ക് നാം അടിമകളായിരിക്കുന്നു. സംഘടനാപരമായി നമ്മുടെ പൂർണ്ണ നിയന്ത്രണത്തിലല്ലാത്ത വർഗ്ഗ ബഹുജനസംഘടനകൾക്കകത്ത് നമ്മുടെ വിപ്ലവ സമീപനത്തിന്റെ നന്മ നിമിത്തം നമുക്ക് ആശയപരവും രാഷ്ട്രീയ നയപരവുമായ നേതൃത്വം സ്ഥാപിക്കാൻ കഴിയുമെന്ന ധാരണ ഇല്ലാതായിട്ട് പതിറ്റാണ്ടുകൾ കഴിഞ്ഞിരിക്കുന്നു. ഇത്രകാലം നാം പരിചയിച്ച് പോന്നിട്ടുള്ള ഈ സംഘടനാരീതി ഉപേക്ഷിക്കുകയെന്നാൽ ആശയപരവും രാഷ്ട്രീയ നയപരവുമായ കാരണങ്ങളിൽ പോലും മാർക്സിസം-ലെനിനിസത്തിന് മുൻകൈ ഇല്ലാതാവുകയെന്നാണർത്ഥമെന്ന ധാരണയാണുള്ളത്.

ഇന്നുള്ള ഈ തെറ്റ് തിരുത്തുകയും അത് തിരുത്തുന്നതിന്റെ പേരിൽ പുതിയ തെറ്റുകൾ വരാതിരിക്കുകയും ചെയ്യണമെങ്കിൽ. വിവിധ നിലവാരങ്ങളിലുള്ള പാർട്ടി കമ്മിറ്റികളുടെ ചർച്ചയും സംഘടനാ പ്രവർത്തനവും പരിഷ്കരിക്കേണ്ടിയിരിക്കുന്നു. ഓരോ നിലവാരത്തിലുമുള്ള പാർട്ടി കമ്മിറ്റികളുടെ ചർച്ചയും സംഘടനാ പ്രവർത്തനവും പരിഷ്കരിക്കേണ്ടിയിരിക്കുന്നു. ഓരോ നിലവാരത്തിലുമുള്ള പാർട്ടി കമ്മിറ്റികളുടെ മുഖ്യമായ ചുമതല അതാത് നിലവാരങ്ങളിൽ പ്രവർത്തിക്കുന്ന വർഗ്ഗ ബഹുജന സംഘടനകൾ കാലാകാലങ്ങളിൽ നേരിടുന്ന പ്രശ്നങ്ങളും അവയ്ക്കുള്ള പരിഹാരമാർഗ്ഗങ്ങളും സംബന്ധിച്ച് പാർട്ടി കമ്മിറ്റികളിൽ പൊതു ചർച്ച നടത്തുക എന്നതാണ് ഓരോ കമ്മിറ്റിയുടെയും ഓരോ യോഗത്തിലും അതിൽ പരിധിയിലുള്ള ഓരോ വർഗ്ഗ ബഹുജനസംഘടനകളെയും അതാതവസരത്തിൽ നേരിടുന്ന പ്രശ്നങ്ങളും അവയ്ക്കുള്ള പരിഹാരമാർഗ്ഗവും ചർച്ച ചെയ്യണം. അതിനുവേണ്ട മുൻകൈ എടുക്കേണ്ടത് (കരടുരേഖ തയ്യാറാക്കി കമ്മിറ്റി യോഗത്തിൽവെക്കേണ്ടത്) അതാത് വർഗ്ഗ ബഹുനജസംഘടനകളിലെ ഉത്തരവാദപ്പെട്ട പാർട്ടി കമ്മിറ്റി മെമ്പറോ മെമ്പർമാരോ ആയിരിക്കണം. അവർ തുടങ്ങിവെക്കുന്നതും മറ്റുള്ളവർകൂടി പങ്കെടുക്കുന്നതുമായ ചർച്ചയെ തുടർന്ന് കമ്മിറ്റി വ്യക്തമായ നിഗമനങ്ങളിലെത്തണം.

തുടർന്ന് ബന്ധപ്പെട്ട വർഗ്ഗ ബഹുജനസംഘടനകളുടെ യോഗം വിളിച്ചുകൂട്ടി അതിൽ നടക്കുന്ന തുറന്ന ചർച്ചയുടെ അടിസ്ഥാനത്തിൽ വരുന്ന ഭേദഗതികളോടെ പാർട്ടി കമ്മിറ്റിയുടെ നിഗമനങ്ങൾ നടപ്പിൽ വരുത്താൻ ബന്ധപ്പെട്ട പാർട്ടി നേതാക്കൾക്ക് അധികാരം കൊടുക്കണം: നടപ്പിൽ വരുത്തുന്നതിനിടയ്ക്ക് പൊന്തിവരുന്ന പ്രശ്നങ്ങളും പ്രായസങ്ങളും വീണ്ടും പാർട്ടി കമ്മിറ്റിയുടെ ചർച്ചയ്ക്ക് വെക്കുകയും വർഗ്ഗ ബഹുജന സംഘടനകളുടെ സ്വാതന്ത്ര്യവും ഐക്യവും നിലനിർത്താൻ സഹായിക്കുന്ന പുതിയ തീരുമാനങ്ങൾ ആവശ്യമാണെങ്കിൽ എടുക്കുകയും വേണം.

ഈ കാഴ്ചപ്പാടോടെ വർഗ്ഗ ബഹുജനസംഘടനകളിലെയും അതിനകത്തെ പാർട്ടി സംഘടനകളുടെയും പ്രവർത്തനം പുനഃസംഘടിപ്പിക്കണമെങ്കിൽ ഇന്നില്ലാത്ത ഒരു പുതിയ പതിവ് തുടങ്ങിവെക്കണം. പാർട്ടി കമ്മിറ്റികളുടെ ഓരോ യോഗത്തിലും അതാതിന്റെ അതിർത്തിയിലുള്ള വർഗ്ഗ ബഹുജനസംഘടനകളെ നേരിടുന്ന പ്രശ്നങ്ങളും അവയ്ക്കുള്ള പരിഹാരമാർഗ്ഗങ്ങളും നിർബ്ബന്ധമായി ചർച്ച ചെയ്യണം. വർഗ്ഗ ബഹുജന സംഘടനകളുടെ പ്രശ്നങ്ങൾ ക്രമമായി ചർച്ച ചെയ്ത് അവയ്ക്ക് രാഷ്ട്രീയമായി നേതൃത്വം നല്കാതെ അവയെ നയിക്കുകയും നിയന്ത്രിക്കുകയും ചെയ്യാൻ സബ് കമ്മിറ്റികളെയും ഫ്രാക്ഷനുകളെയും ഏർപ്പെടുത്തുകമാത്രം
വർഗ്ഗ ബഹുജനസംഘടനകളുടെ സ്വതന്ത്രപദവി അംഗീകരിച്ചുകൊണ്ടുമല്ലാതെ പാർട്ടിക്ക് വർഗ്ഗ ബഹുജനസംഘടനകളെ രാഷ്ട്രീയ നയപരമായി നയിക്കാൻ കഴിയുകയില്ല. രാഷ്ട്രീയ നയപരമായി പാർട്ടി നയിക്കുകയാണെങ്കിൽ പ്രായോഗിക തലത്തിൽ വർഗ്ഗ ബഹുജനസംഘടനകൾക്ക് സ്വതന്ത്രമായും ജനാധിപത്യപരമായും പ്രവർത്തിക്കാൻ കഴിയുകയും ചെയ്യും.

ഈ അദ്ധ്യായം അവസാനിപ്പിക്കുന്നിനുമുമ്പ് ഒരു കാര്യം വ്യക്തമാക്കേണ്ടതുണ്ട്: ഇവിടെ പറഞ്ഞതൊന്നും വർഗ്ഗ ബഹുജനസംഘടനകളും പാർട്ടിയും തമ്മിലുള്ള ബന്ധം സംബന്ധിച്ച അവസാന വാക്കല്ല. പുതിയ ഒരു പരീക്ഷണത്തിനുള്ള കരട് നിർദ്ദേശങ്ങളാണിവ. മേലിലുണ്ടാവുന്ന പ്രവർത്തനത്തിന്റെ അനുഭവത്തിലൂടെ അവയെ പരിഷ്കരിക്കുകയും ഭേദപ്പെടുത്തുകയും ചെയ്യാം. പക്ഷേ, രണ്ട് കാര്യത്തിൽ ഉറച്ചു നില്ക്കണം.

ഒന്നാമത്: വർഗ്ഗബഹുജനസംഘടനകൾ പാർട്ടിയുടെ സംഘടനാപരമായ നിയന്ത്രണത്തിലല്ല. അവയ്ക്ക് അവയുടേതായ സംഘടനയും അച്ചടക്കവുമുണ്ട്. നാം വിഭാവനം ചെയ്യുന്നതുപോലെ മറ്റ് പാർട്ടികൾകൂടി പങ്കെടുക്കുന്നവയായി വർഗ്ഗ ബഹുജനസംഘടനകൾ വികസിച്ചിട്ടില്ലെങ്കിൽ പോലും പാർട്ടിയുടെ നിയന്ത്രണത്തിലുള്ള വർഗ്ഗ ബഹുജനസംഘടനകളും പാർട്ടിയും തമ്മിലുള്ള വ്യത്യാസം മനസ്സിലാക്കി വർഗ്ഗബഹുജനസംഘടനകളെ സ്വതന്ത്രമായും ജനാധിപത്യപരമായും പ്രവർത്തിപ്പിക്കണം.

രണ്ടാമത്, വർഗ്ഗ ബഹുജനസംഘടനകളിൽ പ്രവർത്തിക്കുന്ന പാർട്ടി സഖാക്കളുടെ പ്രധാന കടമ ആശയപരമായും രാഷ്ട്രീയ നയപരവുമായി വർഗ്ഗബഹുജനസംഘടനകളെ നേർവഴിക്ക് നയിക്കുകയാണെന്ന് മനസ്സിലാക്കണം: വർഗ്ഗ ബഹുജന സംഘടനകൾക്കകത്ത് ഉശിരന്മാരായ പ്രവർത്തകരെ കമ്മ്യൂണിസ്റ്റുകാരായി വളർത്തുന്നതിനുവേണ്ട താത്ത്വികവും രാഷ്ട്രീയവുമായ പ്രവർത്തനം നടത്തണം.

ഈ രണ്ട് കാര്യങ്ങളിലും വിട്ടുവീഴ്ച ചെയ്യാതെ തങ്ങൾ പ്രവർത്തിക്കുന്ന വർഗ്ഗ ബഹുജനസംഘടനകളുടെ സ്വതന്ത്രപദവിയും ഐക്യവും നിലനിർത്താനാണ് വർഗ്ഗ ബഹുജനസംഘടനകളിൽ പ്രവർത്തിക്കുന്ന സഖാക്കൾ ശ്രമിക്കേണ്ടത്.

7

പാർട്ടിയിലെ വിദ്യാഭ്യാസവും പുനർ വിദ്യാഭ്യാസവും എന്ത്, എങ്ങനെ?

പുതിയ പാർട്ടിമെമ്പർമാർക്ക് വിദ്യാഭ്യാസവും പഴയവർക്ക് പുനർവിദ്യാഭ്യാസവും നല്കണമെന്ന് സാൽക്കിയ സമ്മേളനത്തിന്റെ രേഖകളിൽ പറഞ്ഞിട്ടുണ്ടല്ലോ. അതിനെ ആസ്പദമാക്കി ഒരു സഖാവ് ഇങ്ങനെ പ്രസ്താവിക്കുകയുണ്ടായി: "പാർട്ടിയിലെ ഏറ്റവും വലിയ സഖാവാണ് ഇ എം എസ്. അദ്ദേഹത്തിന്റെ പുനർവിദ്യാഭ്യാസത്തിന് പാർട്ടി എന്തെങ്കിലും നടപടിയെടുക്കണം."

ഇത് പൂർണ്ണമായും സത്യമല്ല. പക്ഷേ, സത്യത്തിന്റെ ഒരംശം ഇതിലുണ്ട്. കേരളത്തിലെ പാർട്ടി മെമ്പർമാരിൽവെച്ച് ഏറ്റവും പഴയവരിലൊരാളായ എനിക്ക് പുനർ വിദ്യാഭ്യാസം ആവശ്യമാമെന്നതാണ് സത്യം. പക്ഷേ, ആ പുനർവിദ്യാഭ്യാസത്തിന് പുതിയ ഏതെങ്കിലും ഏർപ്പാട് ഉണ്ടാക്കണമെന്ന് പറയുന്നത് സത്യമല്ല.

ഞാനടക്കം പഴയമെമ്പർമാർക്കും ഇപ്പോൾ പുതിയതായി പാർട്ടിയിൽ ചേർന്നവർക്കും പുനർവിദ്യാഭ്യാസത്തിനും വിദ്യാഭ്യാസത്തിനുമുള്ള ഏർപ്പാട് നിലവിലുണ്ട്. അതനുസരിച്ച് ഞാനടക്കമുള്ള പഴയ സഖാക്കൾക്ക് പുനർവിദ്യാഭ്യാസവും പുതുതായി വരുന്നവർക്ക് വിദ്യാഭ്യാസവും നല്കിവരുന്നുമുണ്ട്.

ഈ സത്യം കാണാതിരിക്കുന്നതിനുള്ള കാരണം വിദ്യാഭ്യാസവും പുനർവിദ്യാഭ്യാസവും എന്താണ്, അത് എങ്ങനെ സംഘടിപ്പിക്കണം എന്നത് സംബന്ധിച്ച് ഭയങ്കരമായ ഒരു തെറ്റിദ്ധാരണയുണ്ടെന്നതാണ്.

അദ്ധ്യാപകർ ക്ലാസെടുക്കുക, പഠിതാക്കൾ ക്ലാസുകളിലിരുന്ന് പഠിക്കുകയും നോട്ടെഴുതുകയും ചെയ്യുക. ഇത് മാത്രമാണ് വിദ്യാഭ്യാസമെന്നാണ് ധാരണ. യഥാർത്ഥത്തിൽ ക്ലാസെടുക്കുന്നതും ക്ലാസിലിരുന്ന് പഠിക്കുന്നതും വിദ്യാഭ്യാസത്തിന്റെയും പുനർവിദ്യാഭ്യാസത്തിന്റെയും ഒരു ഭാഗം മാത്രമാണ്.

താൻ അംഗമായ പാർട്ടി ഘടകത്തിന്റെയും മേൽഘടകങ്ങളുടെയും നിയന്ത്രണത്തിൽ പ്രായോഗിക പ്രവർത്തനം നടത്തൽ, അതിന്റെ അനുഭവം സ്വന്തം ഘടകത്തിലും മേൽഘടകങ്ങളിലും വിലയിരുത്തൽ എന്നിവ വിദ്യാഭ്യാസത്തിന്റെയും പുനർവിദ്യാഭ്യാസത്തിന്റെയും അനിവാര്യഭാഗങ്ങളാണ്.

അതുപോലെ ക്ലാസ് മുറികൾക്ക് വെളിയിൽ മാർക്സിസ്റ്റ്-ലെനിനിസ്റ്റ് അടിസ്ഥാനഗ്രന്ഥങ്ങളും സമീപകാല സംഭവവികാസങ്ങളെക്കുറിച്ച് പാർട്ടിയോ മറ്റ് പ്രസിദ്ധീകരണസ്ഥാപനങ്ങളോ പുറത്തിറക്കുന്ന ഗ്രന്ഥങ്ങളും പഠിക്കുന്നതും വിദ്യാഭ്യാസ പുനർവിദ്യാഭ്യാസ പ്രക്രിയയുടെ അനിവാര്യഭാഗങ്ങളാണ്.

ഗ്രന്ഥപാരായണത്തിലൂടെയുള്ള സ്വയം വിദ്യാഭ്യാസം പാർട്ടിഘടകങ്ങളുടെ അച്ചടക്കത്തിൽ കീഴിലുള്ള പ്രായോഗിക പ്രവർത്തനം എന്നിവയിൽ നിന്ന് ഒറ്റപ്പെടുത്തി പാർട്ടിക്ലാസുകളിലൂടെ മാത്രം വിദ്യാഭ്യാസവും പുനർവിദ്യാഭ്യാസവും സംഘടിപ്പിക്കാൻ വയ്യെന്നർത്ഥം.

ഞാൻ പാർട്ടിമെമ്പറായ കാലത്ത് പാർട്ടി സംഘടിപ്പിക്കുന്ന ക്ലാസുകളൊന്നുമില്ലായിരുന്നു. അതുകൊണ്ട് അവയിൽ പങ്കെടുത്ത് പഠിക്കുകയും കുറിപ്പെടുക്കുകയും ചെയ്യുന്നതിന്റെ പ്രശ്നമേ ഉദിച്ചിരുന്നില്ല. എന്നാൽ, എന്നെ പാർട്ടിയിൽ അംഗമാക്കിയവരും അല്ലാത്തവരുമായ പരിചയസമ്പന്ന സഖാക്കൾ സാർവ്വദേശീയവും ദേശീയവുമായ പ്രശ്നങ്ങളെ സംബന്ധിച്ച് പാർട്ടിയുടെ നിലപാട് എനിക്ക് വിശദീകരിച്ചുതന്നിരുന്നു. കൂടാതെ മാർക്സിസം-ലെനിനിസത്തിന്റെ അടിസ്ഥാന ഗ്രന്ഥങ്ങളും സമകാലീന പ്രശ്നങ്ങൾ സംബന്ധിച്ചുള്ള രചനകളും എനിക്ക് വായിക്കാൻ തന്നിരുന്നു. അവയിൽ പലതും ഞാൻ സ്വയം വാങ്ങിവായിക്കുകയും ചെയ്തിരുന്നു. ഇതാണ് എന്റെ പാർട്ടി വിദ്യാഭ്യാസത്തിന്റെ തുടക്കം.

പക്ഷേ, ഇത് താത്ത്വികതലത്തിലുള്ള വിദ്യാഭ്യാസത്തിന്റെ തുടക്കം മാത്രമായിരുന്നു. പ്രായോഗികതലത്തിലുള്ള വിദ്യാഭ്യാസം തുടങ്ങിയത് വായിച്ച ഗ്രന്ഥങ്ങളിൽ നിന്ന് മനസ്സിലാക്കിയ തത്ത്വങ്ങൾ കേരളത്തിലെ സ്ഥിതിഗതികൾക്കൊത്ത് പ്രയോഗത്തിൽ വരുത്താൻ മറ്റ് സഖാക്കളോടൊത്ത് ഞാൻ നടത്തിയ ശ്രമമായിരുന്നു.

ഇതിന്റെ ഫലമായി മലബാർ, കൊച്ചി, തിരുവിതാംകൂർ എന്ന മുമ്പ് പ്രദേശങ്ങളിൽ ദേശീയ ജനാധിപത്യപ്രസ്ഥാനവും അതിനകത്ത് തൊഴിലാളി കർഷകാദി ബഹുജനങ്ങളുടെ പ്രസ്ഥാനങ്ങളും വളർത്തിയെടുക്കാനുള്ള ശ്രമങ്ങൾ ആദ്യം കോൺഗ്രസ് സോഷ്യലിസ്റ്റ് പാർട്ടിയുടെയും പിന്നീട് കമ്യൂണിസ്റ്റ് പാർട്ടിയുടെയും കൂട്ടായ നേതൃത്വത്തിൽ ഞാൻ നടത്തി. ഇതായിരുന്നു എന്റെ പാർട്ടി വിദ്യാഭ്യാസത്തിന്റെ യഥാർത്ഥ തുടക്കം.

എന്നാൽ, ഇത് തുടങ്ങിയ കാലത്തെ സ്ഥിതിയിൽ മാറ്റമില്ലാതെ നില്ക്കുകയല്ല ഉണ്ടായത്. ദേശീയ ജനാധിപത്യപ്രസ്ഥാനത്തിലും അതിന്റെ ഭാഗമായി തൊഴിലാളി- കർഷകാദി ബഹുജനങ്ങളുടെ പ്രസ്ഥാ

നത്തിലും നടത്തിക്കൊണ്ടിരുന്ന പ്രവർത്തനത്തിനിടയ്ക്ക് പുതിയ പുതിയ പരിതസ്ഥിതികളും പ്രശ്നങ്ങളും ഉയർന്നു വന്നിരുന്നു. അവയോരോന്നിനെയും സംബന്ധിച്ച് ആദ്യം കോൺഗ്രസ് സോഷ്യലിസ്റ്റ് പാർട്ടിയുടെയും പിന്നീട് കമ്യൂണിസ്റ്റ് പാർട്ടിയുടെയും നേതൃത്വഘടകത്തിന്റെ ഭാഗമെന്ന നിലയ്ക്ക് ഞാനടക്കമുള്ള സഖാക്കൾ അവലോകനം നടത്തുകയും നിഗമനങ്ങളിലെത്തുകയും ചെയ്തിരുന്നു. തന്മൂലം പാർട്ടി അംഗീകരിക്കുന്ന സമീപനങ്ങളിൽ സദാ മാറ്റങ്ങൾ വന്നുകൊണ്ടിരുന്നു. ഒരിക്കലംഗീകരിച്ച സമീപനം തെറ്റാണെന്ന് കണ്ട് ഉപേക്ഷിക്കുകയും ഒരിക്കൽ തെറ്റാണെന്ന് കരുതിയിരുന്നത് പിന്നീട് അംഗീകരിക്കുകയും ചെയ്തതിന്റെ നിരവധി ഉദാഹരണങ്ങൾ ആറ് പതിറ്റാണ്ടോളം നീണ്ടു നില്ക്കുന്ന എന്റെ പാർട്ടി ജീവിതത്തിലുണ്ടായിട്ടുണ്ട്. ഇതാണ് എന്നെ സംബന്ധിച്ചിടത്തോളം വിദ്യാഭ്യാസവും പുനർവിദ്യാഭ്യാസവും.

ഈ പ്രക്രിയയ്ക്കിടയ്ക്ക് അതിന്റെ ആദ്യകാലത്തുതന്നെ- ഞാൻ ഒരു കാര്യം പഠിച്ചു. ഒരു കമ്യൂണിസ്റ്റുകാരന് താൻ അംഗമായ ഘടകത്തിന്റെയും മേൽഘടകങ്ങളുടെയും കൂട്ടായ തീരുമാനങ്ങൾക്ക് വെളിയിൽ ഒരു പൊതുജീവിതമില്ല. സ്വകാര്യജീവിതം പോലും പാർട്ടി നിർദ്ദേശങ്ങൾക്ക് വിധേയമാണ്. ഇതാണ് കമ്യൂണിസ്റ്റുകാരെ മറ്റുള്ളവരിൽനിന്ന് വേർതിരിച്ച് നിർത്തുന്നത്.

അതുകൊണ്ടാണ് പാർട്ടിയുടെ നയവും പരിപാടികളും അംഗീകരിക്കുന്ന ഏതൊരാൾക്കും പാർട്ടിയിൽ അംഗമാകാമെന്ന വലതുപക്ഷ സോഷ്യൽ ഡമോക്രാറ്റുകാരുടെ നിലപാടിനെതിരെ ലെനിന്റെ നേതൃത്വത്തിലുള്ള ബോൾഷെവിക്കുകാർ ഇങ്ങനെ പറഞ്ഞത്:

> പാർട്ടിയുടെ നയവും പരിപാടിയും അംഗീകരിച്ച് സ്വയം നടപ്പിലാക്കുകമാത്രം ചെയ്താൽ കമ്യൂണിസ്റ്റ് പാർട്ടിയിൽ അംഗത്വം കിട്ടുകയില്ല. താൻ പ്രവർത്തിക്കുന്ന സ്ഥാപനത്തിലെ അല്ലെങ്കിൽ പ്രദേശത്തെ പാർട്ടി ഘടകത്തിൽ അംഗത്വം നേടി അതിന്റെ മേൽഘടകങ്ങളുടെയും നിർദ്ദേശമനുസരിച്ചും നിയന്ത്രണത്തിലും പ്രവർത്തിക്കാൻ തുടങ്ങിയാൽ മാത്രമേ പാർട്ടി അംഗത്വത്തിന് അർഹത കിട്ടുകയുള്ളൂ.

സോഷ്യലിസ്റ്റ് ഇന്റർനാഷണലിലെ ഘടകപാർട്ടികളും കമ്യൂണിസ്റ്റ് ഇന്റർനാഷണലിലെ ഘടകപാർട്ടികളും തമ്മിലുള്ള വ്യത്യാസമാണിത്.

ഇതിനർത്ഥം പാർട്ടിമെമ്പർക്ക് സ്വയം ചിന്തിക്കാനോ സ്വന്തം ഘടകത്തിലും മേൽഘടകത്തിന്റെ മുമ്പിലും അഭിപ്രായം പറയാനോ സ്വാതന്ത്ര്യമില്ലെന്നല്ല. ഇതിനു മുമ്പു ചൂണ്ടിക്കാണിച്ചതുപോലെ, ഓരോ പാർട്ടി മെമ്പർക്കും സ്വന്തം ഘടകത്തിലും മേൽഘടകങ്ങളുടെ മുമ്പിലും സ്വന്തം അഭിപ്രായം വെട്ടിത്തുറന്ന് പറയാൻ പൂർണ്ണമായ അവകാശമുണ്ട്. പക്ഷേ, സ്വന്തം ഘടകത്തിലോ, മേൽഘടത്തിന്റെ മുമ്പിലോ തന്റെ അഭിപ്രായം

വെട്ടിത്തുറന്ന് പറഞ്ഞതിനുശേഷം സ്വന്തം ഘടകമോ മേൽഘടകങ്ങളോ എടുക്കുന്ന തീരുമാനങ്ങൾ കൂറോടെ നടപ്പിൽ വരുത്താൻ പാർട്ടിമെമ്പർമാർ ബാദ്ധ്യസ്ഥരാണ്.

ചിലപ്പോൾ സ്വന്തം ഘടകം ഭൂരിപക്ഷമനുസരിച്ച് എടുക്കുന്ന തീരുമാനങ്ങളോട് ഒരു സഖാവിന് വിജോയിപ്പുണ്ടായെന്ന് വരാം. മേൽഘടകങ്ങളുടെ തീരുമാനങ്ങളോടും യോജിപ്പുണ്ടായില്ലെന്ന് വരാം. അത്തരം സന്ദർഭങ്ങളിൽ താനെവിടെ നില്ക്കുന്നുവെന്ന് സ്വന്തം ഘടകങ്ങളോടും മേൽഘടകങ്ങളോടും വ്യക്തമായി പറയാൻ പാർട്ടിമെമ്പർമാർക്ക് അവകാശമുണ്ട്. പക്ഷേ, വിയോജനക്കുറിപ്പ് വാങ്മൂലമോ എഴുതിയോ കൊടുത്തുകഴിഞ്ഞാൽ പിന്നെ സ്വന്തം ഘടകത്തിന്റെ ഭൂരിപക്ഷതീരുമാനവും മേൽഘടകങ്ങളുടെ തീരുമാനവും അവയോട് വിയോജിപ്പുള്ള പാർട്ടിമെമ്പർമാർപോലും നടപ്പിലാക്കണം. ഇതാണ് ജനാധിപത്യപരമായ കേന്ദ്രീകരണം അല്ലെങ്കിൽ കേന്ദ്രീകൃത നേതൃത്വത്തിലുള്ള ഉൾപ്പാർട്ടി ജനാധിപത്യം.

ഈ സംഘടനാതത്ത്വം നടപ്പിൽ വരുത്തിക്കൊണ്ട് മാത്രമേ പുതിയ പാർട്ടിമെമ്പർമാർക്ക് വിദ്യാഭ്യാസവും പഴയ പാർട്ടിമെമ്പർമാർക്ക് പുനർവിദ്യാഭ്യാസവും നല്കാൻ കഴിയൂ. അതായത്, അച്ചടക്കപൂർണ്ണമായ പാർട്ടി ജീവിതത്തിലൂടെ ആനുകാലികമായി മാറിക്കൊണ്ടിരിക്കുന്ന പാർട്ടിനയങ്ങൾ മനസ്സിലാക്കുകയും നടപ്പിൽ വരുത്തുന്ന കാര്യത്തിൽ സ്വന്തം സംഭാവന നല്കുകയുമാണ് പാർട്ടിക്കകത്തെ വിദ്യാഭ്യാസത്തിന്റെയും പുനർവിദ്യാഭ്യാസത്തിന്റെയും രൂപവും ഭാവവും.

നമ്മുടെ പാർട്ടിയുടെ ചരിത്രത്തിൽ വിധി നിർണ്ണായകമായ-പ്രതിസന്ധി നിറഞ്ഞതെന്നുപോലും പറയാവുന്ന- സന്ദർഭങ്ങളുണ്ടായിട്ടുണ്ട്. ആദ്യകാലചരിത്രം ഒഴിച്ചുനിർത്തിയാൽ തന്നെ 1942 ലെ ക്വിറ്റിന്ത്യാ സമരം. യുദ്ധാനന്തരകാലത്തെ വിപ്ലവമുന്നേറ്റം. 1947 ലെ സ്വാതന്ത്ര്യലബ്ധി. അതിനെ വിലയിരുത്തിക്കൊണ്ട് കല്ക്കത്താ കോൺഗ്രസിലംഗീകരിച്ച രാഷ്ട്രീയനയസമീപനം. അത് നടപ്പിലാക്കുമ്പോൾ പറ്റിയ പാളിച്ചകൾ തിരുത്താൻ നടത്തിയ ശ്രമങ്ങൾ. അവയുടെ ഫലമായി ഉരുണ്ടുകൂടിയ ഉൾപ്പാർട്ടി പ്രതിസന്ധി പരിഹരിക്കുന്നതിന് 1951 ൽ അംഗീകരിച്ച പുതിയ പരിപാടികളും നയപ്രഖ്യാപന രേഖയും. 1950 കളിൽ വീണ്ടും ഉയർന്നുവന്ന വിവാദങ്ങളും അവയുടെ പരിണാമമായ 1964 ലെ ഭിന്നിപ്പും. തുടർന്ന് കാൽനൂറ്റാണ്ടോളം കാലത്ത് സി പി ഐ (എം), സി പി ഐ, നക്സൽ മുതലായ പല വിഭാഗങ്ങൾ തമ്മിൽ നടന്ന താത്ത്വികവും പ്രായോഗികവുമായ സമരങ്ങൾ. 1978 തൊട്ട് സി പി ഐ (എം), സി പി ഐയും തമ്മിൽ പ്രായോഗികതലത്തിൽ വളർന്നുകൊണ്ടിരിക്കുന്ന ഐക്യത്തോടൊപ്പം താത്ത്വികരംഗത്ത് ഇന്നും തുടർന്നുപോരുന്ന ഭിന്നത- ഇതോരോന്നും നടക്കുന്ന കാലത്ത് വിവിധ പാർട്ടിഘടകങ്ങൾ കൂട്ടായും പാർട്ടിമെമ്പർമാർ വ്യക്തിപരമായും വഹിച്ച പങ്കാണ് നമ്മുടെ പാർട്ടിക്കകത്തെ വിദ്യാഭ്യാസവും പുനർവിദ്യാഭ്യാസവും.

പാർട്ടി നിശ്ചയിക്കുന്ന അദ്ധ്യാപകർ ക്ലാസെടുക്കുന്നതും പഠിതാക്കൾ ക്ലാസിലിരുന്ന് ശ്രദ്ധിക്കുന്നതും വിദ്യാഭ്യാസത്തിന്റെയും പുനർവിദ്യാഭ്യാസത്തിന്റെയും ഒരു ഭാഗം മാത്രമാണ്.

പാർട്ടി സംഘടന സംബന്ധിച്ച ഈ മാർക്സിസ്റ്റ്-ലെനിനിസ്റ്റ് സിദ്ധാന്തം മനസ്സിലാക്കാതിരിക്കുകയോ മനസ്സിലാക്കിയിട്ടുതന്നെ മനസ്സിലായില്ലെന്ന് നടിക്കുകയോ ചെയ്തതിൽ നിന്നാണ് 'ഗൗരിയമ്മ പ്രശ്നമെന്ന്' ബൂർഷ്വാ പത്രങ്ങൾ വിശേഷിപ്പിക്കുന്ന പ്രതിഭാസം ഉളവായിട്ടുള്ളത്. സംസ്ഥാനകമ്മിറ്റിയിലും സെക്രട്ടേറിയറ്റിലും മെമ്പറായിരുന്ന ഗൗരിയമ്മയെ ഭരണഘടനാ വിധേയമായി ആദ്യം സെക്രട്ടേറിയറ്റിൽ നിന്നും പിന്നീട് സംസ്ഥാനകമ്മിറ്റിയിൽ നിന്നുതന്നെയും ഒഴിവാക്കിക്കൊണ്ട് അവർ അംഗമായ സംസ്ഥാനകമ്മിറ്റി തീരുമാനമെടുത്തു. അതിനോട് വിയോജിപ്പുണ്ടെങ്കിൽ അവർക്ക് രണ്ടിലേതെങ്കിലുമൊന്നോ രണ്ടുമോ മാർഗ്ഗമംഗീകരിക്കാമായിരുന്നു. ഒന്നാമത്, സംസ്ഥാനകമ്മിറ്റിയെടുത്ത അച്ചടക്കനടപടിയുടെ മേൽ കേന്ദ്രകൺട്രോൾ കമ്മീഷന്റെ മുമ്പാകെ അപ്പീൽ ബോധിപ്പിക്കാമായിരുന്നു. രണ്ടാമത്, അച്ചടക്ക നടപടിയിന്മേലുള്ള അപ്പീലിന്റെ രൂപത്തിലല്ലാതെ സെൻട്രൽ കമ്മിറ്റിയുടെ മുമ്പാകെ വല്ല നിവേദനവും സമർപ്പിക്കാനുണ്ടെങ്കിൽ അതുമായി സെൻട്രൽ കമ്മിറ്റിയെ സമീപിക്കാമായിരുന്നു.

ഈ രണ്ട് മാർഗ്ഗങ്ങളംഗീകരിക്കുമ്പോഴും സംസ്ഥാനകമ്മിറ്റി എടുത്ത തീരുമാനം അവർ നടപ്പിലാക്കുക തന്നെ വേണം. അതിനെ വെല്ലുവിളിക്കുന്നത് കടുത്ത അച്ചടക്കലംഘനമാണ്. താൻ അംഗമായിരുന്ന സംസ്ഥാനകമ്മിറ്റിയെടുത്ത തീരുമാനമനുസരിച്ച് ആലപ്പുഴ ജില്ലാ കമ്മിറ്റിയംഗം എന്ന നിലയ്ക്ക് പ്രവർത്തിക്കാൻ തുടങ്ങലാണ് പഴയ പാർട്ടിമെമ്പറെന്ന നിലയ്ക്ക് അവർ നടത്തേണ്ട പുനർവിദ്യാഭ്യാസമെന്നർത്ഥം.

8

ഉൾപ്പാർട്ടി ജനാധിപത്യം

പാർട്ടി മെമ്പർമാർക്കുള്ള അവകാശങ്ങളും കടമകളും എന്തെന്ന് വ്യവസ്ഥപ്പെടുത്തുന്ന ഭരണഘടനയിലെ വകുപ്പുകൾ ഇതിനുമുമ്പ് ഉദ്ധരിച്ച് ചേർക്കുകയുണ്ടായല്ലോ. അവ പ്രാവർത്തികമാക്കുന്നതിന് പാർട്ടി സംഘടനയുടെ ഇന്നത്തെ സ്ഥിതി എന്തെന്ന് പരിശോധിക്കേണ്ടിയിരിക്കുന്നു. 14-ാം കോൺഗ്രസ് അംഗീകരിച്ച സംഘടനാ റിപ്പോർട്ടിൽ ഇങ്ങനെ പറയുകയുണ്ടായി:

> ജനാധിപത്യ കേന്ദ്രീകരണം അതിന്റെ എല്ലാ വശങ്ങളോടും കൂടി പാർട്ടിയുടെ സംഘടനാ പ്രവർത്തനത്തിൽ എല്ലാ നിലവാരത്തിലും ശക്തിപ്പെടുത്തണമെന്ന് സാൽക്കിയ പ്ലീനം ആഹ്വാനം ചെയ്യുകയുണ്ടായി. ജനാധിപത്യ കേന്ദ്രീകരണം പ്രാവർത്തികമാക്കേണ്ട ആവശ്യവും അഭിലഷണീയതയും മിക്ക സംസ്ഥാന കമ്മിറ്റികളും പ്രകടിപ്പിച്ചിട്ടുണ്ടെങ്കിലും അവയിൽ ചിലവയുടെ റിവ്യൂവിൽ അലംഭാവവും സ്വയം സംതൃപ്തി തന്നെയും നിഴലിച്ചുകാണുന്നുണ്ട്... ഭൂരിപക്ഷം പാർട്ടി ബ്രാഞ്ചുകളും ഏറ്റവും കുറഞ്ഞ അംഗീകൃത വ്യവസ്ഥയനുസരിച്ച് പ്രവർത്തിക്കുന്നില്ല.
>
> പാർട്ടി അംഗങ്ങളിൽ ഒരു വലിയ ഭാഗവും ഏറ്റവും ചുരുങ്ങിയ ചുമതലകൾ നിറവേറ്റുകയം ഭരണഘടനാദത്തമായ അവകാശങ്ങൾ വിനിയോഗിക്കുകയും ചെയ്യുന്നില്ല. കമ്മിറ്റികളിൽ ഒരു വലിയ വിഭാഗം കൂട്ടായ പ്രവർത്തനമല്ല നടത്തുന്നത്. ഈ ഒരവസ്ഥയിൽ ജനാധിപത്യ കേന്ദ്രീകരണത്തിന്റെ സ്ഥിതി ആരോഗ്യകരമല്ല. ഇത്തരത്തിലുള്ള സ്ഥിതിഗതികൾ വ്യക്തിമേധാവിത്വം, ഉദ്യോഗസ്ഥ ദുഷ്പ്രഭുത്വം, ഗ്രൂപ്പിസം എന്നിവ തഴച്ചുവളരാൻ ഫലപുഷ്ടിയുള്ള മണ്ണ് പാകപ്പെടുത്തിക്കൊടുക്കുന്നു

ജനാധിപത്യ കേന്ദ്രീകരണത്തിന്റെ രണ്ട് വശങ്ങളായ ഉൾപ്പാർട്ടി ജനാധിപത്യം കേന്ദ്രീകൃത നേതൃത്വം എന്നിവ രണ്ടും ദുർബ്ബലമാണെന്നാണല്ലോ ഇതിനർത്ഥം. ഇതിൽ രണ്ടാമത്തേതിന്റെ കാര്യം പിന്നീട് പരിശോധിക്കാം. ആദ്യത്തേതിനെക്കുറിച്ച് 14-ാം കോൺഗ്രസിന്റെ സംഘടനാ പ്രമേയത്തിൽ ഇങ്ങനെ പറയുന്നു:

> പല സംസ്ഥാനങ്ങളിലും കീഴ്ഘടകങ്ങളെ കാണുന്നത് മേൽകമ്മിറ്റികളുടെ തീരുമാനം നടപ്പാക്കാനുള്ള ഒപുകരണമായിട്ടാണ്. അവയും സ്വന്തം പ്രവർത്തന മണ്ഡലത്തിലെ പ്രവർത്തനങ്ങൾ, മേൽകമ്മിറ്റികളെ വിമർശിക്കുക, അഭിപ്രായം പ്രകടിപ്പിക്കുക, എന്നിവ അവഗണിക്കപ്പെടുന്നു.

എന്താണിതിനർത്ഥം? പാർട്ടി ഭരണഘടനയിൽ പേരെടുത്ത് പറയുന്ന സെൻട്രൽ കമ്മിറ്റി, സംസ്ഥാന കമ്മിറ്റികൾ, ജില്ല കമ്മിറ്റികൾ, അവയ്ക്കുകീഴെ ബ്രാഞ്ചുകൾക്കിടയ്ക്കുള്ള (ഏരിയ) ലോക്കൽ തുടങ്ങിയ- കമ്മിറ്റികൾ. എല്ലാറ്റിലും അടിയിൽ പാർട്ടി ബ്രാഞ്ചുകൾ എന്നിവക്കോരോന്നിനും അതാതിന്റേതായ പരിധിക്കുള്ളിൽ മേൽഘടകങ്ങളുടെ നിർദ്ദേശങ്ങൾക്ക് വിധേയമായിട്ടാണെങ്കിലും മുൻകൈ എടുത്ത് നയപരിപാടികൾ ആവിഷ്കരിക്കാനും അവ പ്രവൃത്തിയിൽ വരുത്താനും അവകാശമുണ്ട്. അതുപോലെ ഓരോ നിലവാരത്തിലുമുള്ള പാർട്ടിഘടകങ്ങൾക്ക് മേൽഘടകങ്ങളെയും അവയിലെ അംഗങ്ങളെയും വിമർശിക്കാനവകാശമുണ്ട്. മേൽഘടകങ്ങൾ പറയുന്നത് “തിരുവായ്ക്കെതിർവായില്ലാതെ” അംഗീകരിച്ച് നടപ്പാക്കുകയല്ല കീഴ്ഘടകങ്ങളുടെ ചുമതലയെന്നർത്ഥം. ഈ അവകാശബോധത്തോടെ പ്രവർത്തിക്കാനും വിമർശിക്കാനുമുള്ള തന്റേടം ബ്രാഞ്ചുവരെ ഓരോ കീഴ്ഘടകത്തിനും ഉണ്ടാക്കണം. അത് മേൽഘടകങ്ങളുടെ ചുമതലയാണ്.

ഇതിന് വിപരീതമായ ഒരു പ്രവർത്തനശൈലിയാണ് നിർഭാഗ്യവശാൽ, നമ്മുടെ പാർട്ടിക്കകത്ത് രൂപപ്പെട്ടിട്ടുള്ളത്. അഭിപ്രായപ്രകടനം, മേൽഘടകങ്ങളെയും അവയിലെ നേതാക്കന്മാരെയും വിമർശിക്കൽ, സ്വന്തം അതിർത്തിക്കകത്തുള്ള സ്ഥിതിഗതികൾ കൂട്ടായി വിലയിരുത്തി പ്രവർത്തന പരിപാടി ആവിഷ്കരിക്കൽ മുതലായവ ബ്രാഞ്ചുവരെ ഓരോ കീഴ്ഘടകത്തിന്റെയും അവകാശം മാത്രമല്ല ചുമതലകൂടിയാണെന്ന ബോധം ഇന്ന് പാർട്ടിക്കകത്തില്ല. അതുണ്ടാക്കാനുള്ള കഠിനശ്രമത്തിൽ മേൽഘടകങ്ങളിലെ എന്ന പോലെ കീഴ്ഘടകങ്ങളിലെയും സഖാക്കൾ ബോധപൂർവ്വം ഏർപ്പെടേണ്ടിയിരിക്കുന്നു.

ഇതുമായി ബന്ധപ്പെട്ട മറ്റൊരു പ്രശ്നമാണ് മേൽഘടകങ്ങളെയോ അവയിലെ നേതാക്കളെയോ വിമർശിച്ചുകൊണ്ട് നിവേദനം നടത്താൻ വ്യക്തികളായ പാർട്ടി മെമ്പർമാർക്കുള്ള അവകാശം. ഭരണഘടനയുടെ 12-ാം വകുപ്പിന്റെ ജി-ഉപവകുപ്പിൽ ‘കേന്ദ്രകമ്മിറ്റി ഉൾപ്പെടെ അതുവരെ

യുള്ള ഏത് മേൽഘടകത്തിനും എന്തെങ്കിലും പ്രസ്താവനയോ പരാതിയോ അപ്പീലോ സമർപ്പി'ക്കാൻ പാർട്ടി മെമ്പർമാർക്ക് അവകാശമുണ്ടെന്ന് വ്യക്തമാക്കിയിട്ടുള്ളത് ഓർക്കുക.

സ്വന്തം ഘടകം വഴിയല്ലാതെ മേൽഘടകങ്ങളെ സമീപിച്ച് "പ്രസ്താവനയോ പരാതിയോ അപ്പീലോ സമർപ്പിക്കാൻ" വ്യക്തികളായ പാർട്ടി മെമ്പർമാർക്ക് അവകാശമില്ലെന്ന ധാരണ വ്യാപകമായിട്ടുള്ള ഇന്നത്തെ സാഹചര്യത്തിൽ ഭരണഘടനയിലെ ഈ നിബന്ധന പ്രത്യേകിച്ചും പ്രസക്തമാണ്. 14-ാം കോൺഗ്രസ് അംഗീകരിച്ച സംഘടനാ റിപ്പോർട്ടിൽ ഇത് വിശേഷിച്ചും പരാമർശിച്ചിട്ടുണ്ട്. അത് താഴെ കൊടുക്കുന്നു:

> തങ്ങളുടെ സംഘടനാ പ്രശ്നങ്ങളോ വിമർശനങ്ങളോ സംബന്ധിച്ച് മേൽകമ്മിറ്റികൾക്ക് കത്തുകളോ നിവേദനങ്ങളോ കിട്ടിയാൽ മറുപടി ലഭിക്കുന്നത് പോയിട്ട് ഈ കത്തുകളോ നിവേദനങ്ങളോ കിട്ടി എന്നറിയിക്ക പോലും ചെയ്യുന്നില്ലെന്ന പരാതി പാർട്ടിമെമ്പർമാരിൽനിന്നും ബ്രാഞ്ചുകളിൽനിന്നും പി ബി ക്കും സി സി ക്കും ലഭിക്കുക പതിവാണ്. ഉദ്യോഗസ്ഥ ദുഷ്പ്രഭുത്വത്തിന്റെയും അതിരു കടന്ന കേന്ദ്രീകരണത്തിന്റെയും മറ്റൊരു സൂചന. തങ്ങളുടെ പേർ ബന്ധപ്പെട്ട കമ്മിറ്റികളെ അറിയിക്കരുതെന്ന അപേക്ഷയോടെ പേരെഴുതി ഒപ്പിട്ട കത്തുകൾ ലഭിക്കുന്നതിൽ നിന്ന് കാണാം. ഇത്തരത്തിലുള്ള ചുരുക്കം ചില കത്തുകളെങ്കിലും ലഭിക്കാറുണ്ട്. നേതൃത്വത്തിന്റെ ഭാഗത്തുനിന്ന് വൈരനിര്യാതനപരമായ പ്രതികരണം ഉണ്ടായേക്കുമെന്ന് പാർട്ടി മെമ്പർമാർ ഭയപ്പെടുന്ന തരത്തിലുള്ള കമ്മിറ്റികൾ ഇപ്പോഴും ഉണ്ടെന്നാണ് ഇത് കാണിക്കുന്നത്യ. അഭിപ്രായഭിന്നതകൾ പ്രകടിപ്പിക്കാനും മേൽകമ്മിറ്റിയെ അതറിയിക്കാനുമുള്ള അവകാശം നിർബ്ബാധം ഉറപ്പുവരുത്തണം.

സെൻട്രൽ കമ്മിറ്റിതൊട്ട് കീഴോട്ട് ബ്രാഞ്ചുവരെയും ബ്രാഞ്ചുതൊട്ട് മേലോട്ട് സെൻട്രൽ കമ്മിറ്റിവരെയും ഓരോ നിലവാരത്തിലും വിമർശന-സ്വയം വിമർശനങ്ങൾ ദൈനംദിന പാർട്ടി ജീവിതത്തിന്റെ അഭേദ്യഭാഗമാകണമെന്നാണ് ഇതിനർത്ഥം. കീഴ്ഘടകങ്ങളുടെയും വ്യക്തികളായ പാർട്ടി മെമ്പർമാരുടെയും വിമർശനങ്ങൾക്ക് അതീതനോ അതീതയോ ആയി ജനറൽ സെക്രട്ടറിയും പി ബി മെമ്പർമാരുമടക്കം ഒരു സഖാവുമില്ല; തങ്ങൾക്കെതിരെ വരുന്ന വിമർശനങ്ങൾക്ക് വ്യക്തമായ മറുപടി നല്കാൻ മേൽഘടകങ്ങൾ കൂട്ടായും അവയിൽ അംഗങ്ങളായ സഖാക്കൾ വ്യക്തിപരമായും ബാദ്ധ്യസ്ഥരാണ്. ഈ വിധത്തിൽ കീഴെനിന്ന് വരുന്ന വിമർശനങ്ങൾ ശ്രദ്ധാപൂർവ്വം പരിശോധിക്കുന്ന ഒരു നേതൃത്വമുണ്ടായാൽ മാത്രമേ ഉൾപ്പാർട്ടി ജനാധിപത്യം വളരുകയുള്ളൂ.

പക്ഷേ, ഇവിടെ ഒരു കാര്യം വ്യക്തമാക്കേണ്ടതുണ്ട്. ഉൾപ്പാർട്ടി ജനാധിപത്യം, മേൽഘടകങ്ങളെയും അവയുടെ നേതാക്കളെയും വിമർശിക്കാ

നുള്ള സ്വാതന്ത്ര്യം എന്നിവ അനിയന്ത്രിതമല്ല സ്വന്തം ഘടകത്തിൽവച്ചോ മേൽഘടകങ്ങൾക്കുള്ള നിവേദനത്തിന്റെ രൂപത്തിലോ അല്ലാതെ പൊതുജനങ്ങൾക്കിടയിലോ കീഴ്ഘടകങ്ങൾക്ക് മുമ്പിലോ സ്വന്തം അഭിപ്രായം പറയാൻ ഒരു പാർട്ടി മെമ്പർക്കും അവകാശമില്ല. കൂടാതെ സ്വന്തം ഘടകവും മേൽഘടകങ്ങളും എടുക്കുന്ന തീരുമാനങ്ങൾ, അവയോട് വിയോജിപ്പുണ്ടെങ്കിൽ പോലും നടപ്പിൽ വരുത്താൻ ഓരോ പാർട്ടി മെമ്പർക്കും ബാദ്ധ്യതയുണ്ട്. ആ ബാദ്ധ്യത നിറവേറ്റിക്കൊണ്ടാണ് സ്വന്തം ഘടകത്തിലും മേൽഘടകങ്ങളുടെ മുമ്പിലും വിമർശനങ്ങളടങ്ങുന്ന അഭിപ്രായ പ്രകടനങ്ങൾ നടത്താൻ പാർട്ടി മെമ്പർമാർക്ക് അവകാശമുള്ളത്.

എന്നാൽ, ഇന്ന് പാർട്ടിയെ ബാധിച്ചിട്ടുള്ള ഏറ്റവും വലിയ രോഗം വ്യക്തിപരമായോ കൂട്ടായോ അഭിപ്രായ പ്രകടനങ്ങളും വിമർശനങ്ങളും നടത്താൻ സ്വാതന്ത്ര്യമില്ലെന്ന ബോധം കീഴെ നിലവാരങ്ങളിലും അഭിപ്രായപ്രകടനങ്ങളും വിമർശനവും നടത്തുന്നവർക്കെതിരെ ശത്രുതാ മനോഭാവത്തോടെ പ്രവർത്തിക്കാനുള്ള പ്രവണത ചിലേടത്തെങ്കിലും മേലെ നിലവാരങ്ങളിലും നിലനില്ക്കുന്നുണ്ടെന്നതാണ്. അതിനെതിരായി ബോധപൂർവ്വമായി സമരം നടത്തുമ്പോൾത്തന്നെ. ഉൾപ്പാർട്ടി ജനാധിപത്യത്തിന്റെ മറവിൽ അച്ചടക്ക ലംഘനത്തിന്റെ പ്രവണത വളരുന്നതിനെതിരെ കൂടി സംഘടിതമായി പോരാടുകയാണ് ഉൾപ്പാർട്ടി ജനാധിപത്യം നിലനിർത്തുകയും വളർത്തുകയും ചെയ്യാനുള്ള മാർഗ്ഗം.

9

ഉൾപ്പാർട്ടി ചർച്ചയും 'ഗ്രൂപ്പിസവും'

ബൂർഷ്വ-പെറ്റി ബൂർഷ്വാ പാർട്ടികളിൽ നിന്ന് വ്യത്യസ്തമായി മാർക്സിസ്റ്റ്-ലെനിനിസ്റ്റ് പാർട്ടികൾക്ക് ഒരു പ്രധാന സവിശേഷതയുണ്ട്. നിരന്തരം നടക്കുന്ന ഉൾപ്പാർട്ടി ചർച്ച.

പാർട്ടിയുടെ ആനുകാലിക നയങ്ങൾ രൂപപ്പെടുത്തുന്നതിൽ മുൻകൈ എടുക്കുന്നത് കേന്ദ്ര നേതൃത്വമാണെങ്കിലും അതിനുവേണ്ടി നേതൃത്വതലത്തിൽ നടക്കുന്ന ചർച്ചയ്ക്ക് പശ്ചാത്തലമായി സാധാരണ പാർട്ടിമെമ്പർമാരുടെയും ബ്രാഞ്ചുവരെ കീഴോട്ടുള്ള ഘടകങ്ങളുടെയും നിർഭയമായ അഭിപ്രായപ്രകടനം കളമൊരുക്കുന്നു.

കേന്ദ്ര നേതൃത്വം ആവിഷ്കരിക്കുന്ന നയപരിപാടികളുടെ ഗുണദോഷങ്ങൾ ചർച്ച ചെയ്ത് മേലോട്ട് അഭിപ്രായങ്ങളും നിർദ്ദേശങ്ങളുമയക്കാൻ ബ്രാഞ്ചുവരെയുള്ള കീഴ്ഘടകങ്ങൾക്കെല്ലാം അവകാശമുണ്ട്. അതിനുവേണ്ടി വിളിച്ചുകൂട്ടുന്ന ഘടകയോഗങ്ങളിൽ സജീവം പങ്കെടുക്കുന്നത് ഓരോ പാർട്ടി മെമ്പർമാരുടെയും അവകാശവും ചുതമലയുമാണ്.

ഈ യോഗങ്ങളിൽ നടക്കുന്ന ചർച്ചകൾക്കിടയ്ക്ക് പൊന്തിവരുന്ന അഭിപ്രായങ്ങൾ പരിശോധിച്ച് സ്വന്തം രാഷ്ട്രീയ നിലപാട് രൂപപ്പെടുത്താൻ മേൽഘടകങ്ങൾക്ക് ചുമതലയുണ്ട്. കീഴ്ഘടകങ്ങളിൽ നിന്ന് വരുന്ന അഭിപ്രായങ്ങളിലും നിർദ്ദേശങ്ങളിലും ശരിയായതുണ്ടെങ്കിൽ അംഗീകരിക്കാനും തെറ്റുണ്ടെങ്കിൽ ബന്ധപ്പെട്ട കീഴ്ഘടകങ്ങൾക്ക് അത് ചൂണ്ടിക്കാണിച്ചുകൊടുക്കാനും മേൽഘടകങ്ങൾക്ക് ചുമതലയുണ്ട്. അങ്ങനെ മേലേനിന്ന് കീഴോട്ടും കീഴെ നിന്ന് മേലോട്ടും നിരന്തരം നടക്കുന്ന ആശയവിനിമയം തൊഴിലാളിവർഗ്ഗ വിപ്ലവപാർട്ടിയുടെ സവിശേഷതയാണ്. അതാണ് പാർട്ടിയിൽ ആശയപരവും സംഘടനാപരവുമായ ഐക്യം ഊട്ടിയുണ്ടാക്കുന്നത്.

നിരന്തരം നടക്കുന്ന ഈ ആശയവിനിമയ പ്രക്രിയക്ക് പുറമേ പാർട്ടി ഭരണഘടനയിലെ 22–ാം വകുപ്പനുസരിച്ച് "പാർട്ടി കോൺഗ്രസുകൾക്കും സമ്മേളനങ്ങൾക്കും മുന്നോടിയായ ചർച്ചകൾ "മുമ്മൂന്ന് വർഷത്തിലൊരിക്കൽ നടക്കും. അത് സംബന്ധിച്ച നിബന്ധന താഴെ കൊടുക്കുന്നു.

> "1. പാർട്ടി കോൺഗ്രസിന് രണ്ട് മാസം മുമ്പ് എല്ലാ പാർട്ടി ഘടകങ്ങളുടെയും ചർച്ചയ്ക്കുവേണ്ടി കരട് പ്രമേയങ്ങൾ കേന്ദ്രകമ്മിറ്റി വിതരണം ചെയ്യുന്നതാണ്. സംസ്ഥാന കമ്മിറ്റികൾ ഇവയെ എത്രയും വേഗം അതത് ഭാഷകളിലേക്ക് തർജ്ജുമ ചെയ്ത് ആവശ്യമായ കോപ്പികൾ തയ്യാറാക്കി എല്ലാ ബ്രാഞ്ചുകൾക്കും ലഭ്യമാക്കേണ്ടതാണ്. പ്രമേയങ്ങൾക്കുള്ള ഭേദഗതികൾ കേന്ദ്രകമ്മിറ്റിക്ക് നേരിട്ട് അയച്ചുകൊടുക്കണം. അവയെപ്പറ്റിയുള്ള റിപ്പോർട്ട് കേന്ദ്ര കമ്മിറ്റി പാർട്ടി കോൺഗ്രസിന്റെ മുമ്പാകെ സമർപ്പിക്കുന്നതാണ്."
>
> "2. എല്ലാ നിലവാരത്തിലും അതാത് കമ്മിറ്റികൾ അവതരിപ്പിക്കുന്ന റിപ്പോർട്ടുകളുടെയും പ്രമേയങ്ങളുടെയും അടിസ്ഥാനത്തിൽ സമ്മേളനങ്ങൾ ചേരുന്നതാണ്."

മുൻ കോൺഗ്രസിനെ തുടർന്നുള്ള കാലത്ത് ആഗോളതലത്തിലും ഇന്ത്യയിലും നടന്ന പ്രധാന സംഭവവികാസങ്ങൾ, അതിൽനിന്നുയർന്നുവരുന്ന പ്രശ്നങ്ങൾ എന്നിവ അവലോകനം ചെയ്തുകൊണ്ടുള്ള രാഷ്ട്രീയ പ്രമേയമാണ് സെൻട്രൽ കമ്മിറ്റി കോൺഗ്രസിനുമുമ്പുള്ള ഉൾപ്പാർട്ടി ചർച്ചയ്ക്കുവേണ്ടി തയ്യാറാക്കുന്നത്. അത് ചർച്ച ചെയ്ത് സ്വന്തം അഭിപ്രായം പറയാൻ ബ്രാഞ്ചുതൊട്ട് മേലോട്ടുള്ള ഓരോ ഘടകത്തിനും അവകാശമുണ്ട്. പ്രമേയത്തിലെ ഇന്ന ഖണ്ഡികയിൽ ഇന്ന വാചകത്തിൽ ഇന്ന മാറ്റം വരുത്തണമെന്ന് നിർദ്ദേശിച്ചുകൊണ്ട് സെൻട്രൽ കമ്മിറ്റിയെ അറിയിക്കാൻ ഓരോ ഘടകത്തിനുമെന്നതുപോലെ. പാർട്ടിമെമ്പർമാർക്ക് വ്യക്തിപരമായും അവകാശമുണ്ട്. ആയിരക്കണക്കിന് വരുന്ന ഇത്തരം ഭേദഗതികളൊക്കെ പരിശോധിച്ച് സ്വീകരിക്കാവുന്നവയും അല്ലാത്തതുമായ ഭേദഗതികളെക്കുറിച്ച് തയ്യാറാക്കിയ റിപ്പോർട്ടോടുകൂടിയാണ് സെൻട്രൽ കമ്മിറ്റി രാഷ്ട്രീയ പ്രമേയം അവതരിപ്പിക്കുക. സ്വീകരിക്കാത്ത ഭേദഗതികൾ എന്തുകൊണ്ട് സ്വീകരിക്കുന്നില്ലെന്നും സെൻട്രൽ കമ്മിറ്റിയുടെ റിപ്പോർട്ടിൽ വ്യക്തമാകും.

തുടർന്ന് കോൺഗ്രസിന്റെ വേദിയിൽ നടക്കുന്ന ചർച്ച കഴിഞ്ഞാൽ പ്രതിനിധികൾ ഓരോരുത്തർക്കും സ്വന്തം ഭേദഗതികളവതരിപ്പിക്കാം. ഇത്ര വ്യാപകമായ ഉൾപ്പാർട്ടി ചർച്ച നടത്തി അഭിപ്രായ ഐക്യം ഉണ്ടാക്കുന്ന രീതി മാർക്സിസ്റ്റ്–ലെനിനിസ്റ്റുകാർക്കല്ലാതെ മറ്റൊരു പാർട്ടിക്കും ഇല്ല.

സംസ്ഥാനം തൊട്ടുള്ള കീഴ്ഘടകങ്ങളിൽ കോൺഗ്രസിനു മുമ്പ് നടക്കുന്ന സമ്മേളനങ്ങളിൽ അതാത് നിലവാരത്തിൽ മുൻസമ്മേളനത്തെ തുടർന്ന് നടന്ന പ്രവർത്തനം സ്വയം വിമർശനപരമായി പരിശോധിച്ച് ഭാവി

കാഴ്ചപ്പാട് രൂപപ്പെടുത്തുന്ന ഒരു റിപ്പോർട്ടാണ് അതാത് തലത്തിലുള്ള കമ്മിറ്റികൾ പ്രതിനിധികളുടെ മുമ്പിൽ അവതരിപ്പിക്കുക. തുടർന്ന് നടക്കുന്ന ചർച്ചകളെ അടിസ്ഥാനപ്പെടുത്തി ആദ്യമവതരിപ്പിച്ച റിപ്പോർട്ടിൽ സമ്മേളനം ഭേദഗതികൾ വരുത്തുന്നു. ബ്രാഞ്ചുതൊട്ട് സംസ്ഥാനം വരെ മേലോട്ട് ഓരോ തലത്തിലും അതാതിടത്ത് നടക്കുന്ന പ്രവർത്തനത്തെ വിലയിരുത്തിക്കൊണ്ടുള്ള ചർച്ചയാണ് സമ്മേളനങ്ങളിൽ നടക്കുകയെന്നർത്ഥം. ഈ ചർച്ചകളുടെ ഉള്ളടക്കം പരിശോധഘിച്ച് സെൻട്രൽ കമ്മിറ്റി പാർട്ടി കോൺഗ്രസിൽ ഒരു സംഘടനാ റിപ്പോർട്ട് അവതരിപ്പിക്കുകയും ചെയ്യും.

അങ്ങനെ കീഴെതലങ്ങളിൽ നടക്കുന്ന പ്രവർത്തന റിപ്പോർട്ടു ചർച്ചകളെ വിലയിരിത്തുക്കൊണ്ടും സെൻട്രൽ കമ്മിറ്റി തയ്യാറാക്കിയ രാഷ്ട്രീയ പ്രമേയത്തിന് കീഴെ നിലവാരങ്ങളിൽനിന്നുയർന്ന വിമർശനങ്ങളെയും നിർദ്ദേശങ്ങളെയും ആസ്പദമാക്കി ഭേദഗതി വരുത്തിയുമാണ് പാർട്ടി കോൺഗ്രസ് അവസാനിക്കുക.

ഈ സാഹചര്യത്തിൽ പാർട്ടി കോൺഗ്രസുകൾക്കുമുമ്പുള്ള കീഴേതല സമ്മേളനങ്ങളിലും പാർട്ടി കോൺഗ്രസിലും അഭിപ്രായ വ്യത്യാസങ്ങൾ പ്രത്യക്ഷപ്പെടുന്നത് സ്വാഭാവികം മാത്രമാണ്. ഈ അഭിപ്രായവ്യത്യാസങ്ങൾ ചിലപ്പോൾ രണ്ടോ അധികമോ ഗ്രൂപ്പുകളുടെ രൂപീകരണത്തിൽ എത്തിക്കൂടായ്കയുമില്ല.

ഉദാഹരണത്തിന് 1960 ൽ നടന്ന 6-ാം കോൺഗ്രസിൽ സാമ്പത്തികവും രാഷ്ട്രീയവുമായ പ്രശ്നങ്ങൾ വിലയിരുത്തുന്ന കാര്യത്തിൽ അന്യോന്യം വിയോജിപ്പുള്ള രണ്ട് ഗ്രൂപ്പുകൾ പ്രത്യക്ഷപ്പെട്ടു. അവയിൽ ഒന്നിനോടും പൂർണ്ണമായി യോജിക്കാതെ സ്വന്തം നിലപാടെടുക്കുന്ന ഒരു പ്രതിനിധിമുണ്ടായിരുന്നു. (അത് ഈ ലേഖകനാണ്)

അങ്ങനെ മൂന്നു രേഖകൾ പാർട്ടി കോൺഗ്രസിന്റെ ചർച്ചയ്ക്ക് വന്നു. എന്നാൽ മൂന്നും തമ്മിൽ ഒരൊത്തുതീർപ്പുണ്ടാക്കാൻ ശ്രമിക്കുകയാണ് ചെയ്തത്. ആ ഒത്തുതീർപ്പിന്റേതായ ഒരു നാഷണൽ കൗൺസിൽ. സെൻട്രൽ എക്സിക്യൂട്ടീവ്, സെക്രട്ടേറിയറ്റ് എന്നീ സംവിധാനങ്ങൾ രൂപപ്പെടുകയും ചെയ്തു.

ആശയപരവും രാഷ്ട്രീയ നയപരവുമായ ഈ അഭിപ്രായവ്യത്യാസങ്ങൾ ഉൾപ്പാർട്ടി ജനാധിപത്യത്തിന്റെ അടിസ്ഥാനത്തിൽ പരിഹരിക്കുന്നതിനു പകരം ഇടതുവിഭാഗത്തിനെതിരെ ഗ്രൂപ്പിസത്തിന്റെ അടിസ്ഥാനത്തിൽ സംഘടിപ്പിക്കാനാണ് വലതുവിഭാഗം മുതിർന്നത്. രണ്ട് വിഭാഗത്തോടും പൂർണ്ണമായും യോജിപ്പില്ലാതെ നിന്ന ഈ ലേഖകനെ ജനറൽ സെക്രട്ടറി സ്ഥാനത്തിരുത്തി 'പുകച്ച് പുറത്തുചാടി'ക്കാനും തുടർന്ന് ഇടതുപക്ഷത്തിനെതിരെ സംഘടനാപരമായ നിലപാടെടുക്കാനും വലതുപക്ഷം മുന്നോട്ടുവന്നു. അതാണ് പാർട്ടിയെ പിളർപ്പിലെത്തിച്ചത്.

ഈ പിളർപ്പൊഴിവാക്കുന്നതിന് ഈ ലേഖകനടക്കം ഇടതുപക്ഷ വിഭാഗക്കാർ മൂർത്ത നിർദ്ദേശങ്ങളുന്നയിക്കുകയുണ്ടായി. പാർട്ടിയിലുടനീളം

വ്യാപകമായ ചർച്ച നടത്തി പുതിയ നയം ആവിഷ്കരിക്കുന്നതിന് പുതിയ പാർട്ടി കോൺഗ്രസ് വിളിക്കുക. അതിലെ പ്രാതിനിദ്ധ്യത്തിന് അടിസ്ഥാനമായി 6-ാം കോൺഗ്രസിലുണ്ടായിരുന്ന മെമ്പർഷിപ്പ് അംഗീകരിക്കുക മുതലായവയായിരുന്നു ഞങ്ങൾ ഉന്നയിച്ച നിർദ്ദേശങ്ങൾ. അതെല്ലാം തള്ളിക്കളയപ്പെട്ടതിനാലാണ് 1964 ൽ രണ്ട് വിരുദ്ധ കോൺഗ്രസുകൾ നടന്നതും രണ്ട് പാർട്ടികൾ രൂപപ്പെട്ടതും.

പാർട്ടിയുടെ ഐക്യം നിലനിർത്തുന്നതിന് ഉൾപാർട്ടി ജനാധിപത്യം എത്ര ആവശ്യമാണെന്നതിന്റെ തെളിവാണല്ലോ ഇത്. അത് പാർട്ടിക്കകത്തെ ഗ്രൂപ്പിസത്തിന്റെ ആപത്തിലേക്ക് വിരൽചൂണ്ടുകയും ചെയ്യുന്നു.

ഭിന്നിപ്പിന് തൊട്ടുമുമ്പ് ഇടതുപക്ഷ വിഭാഗം ഉന്നയിച്ചിരുന്ന നിർദ്ദേശങ്ങൾ നടപ്പിലായിരുന്നുവെങ്കിൽ പിളർപ്പ് ഒഴിവാക്കാമായിരുന്നു. പക്ഷേ, വലതുവിഭാഗം വിഭാവനം ചെയ്തിരുന്ന രാഷ്ട്രീയ നയസമീപനം അതേപടി അംഗീകരിക്കപ്പെടുമായിരുന്നില്ല. ഇടതുപക്ഷ വിഭാഗത്തിന്റെ നിലപാട് എല്ലാ തലത്തിലും അംഗീകരിച്ചുകൊണ്ടാണെങ്കിലും പ്രതിനിധികളിൽ ഭൂരിപക്ഷം അംഗീകരിക്കുന്ന നിലപാട് പാർട്ടിയുടെയാകെ നിലപാടായിത്തീരുമായിരുന്നു. അതിന് കീഴ്വഴങ്ങാൻ ന്യൂനപക്ഷം നിർബ്ബന്ധിക്കപ്പെടുമായിരുന്നു. അങ്ങനെ പാർട്ടിയുടെ ഐക്യം സംരക്ഷിക്കപ്പെടുമായിരുന്നു.

ഉൾപ്പാർട്ടി ചർച്ചയെതന്നെ സ്വന്തം ഗ്രൂപ്പ് താല്പര്യങ്ങൾക്കനുകൂലമായി ഉപയോഗിച്ചതിന്റെ മറ്റൊരു ഉദാഹരണമാണ് കേരളത്തിലെ എം വി രാഘവന്റേത്. മുസ്ലീംലീഗുമായി കൂട്ടുകെട്ടുണ്ടാകണമെന്ന അദ്ദേഹത്തിന്റെ നിലപാട് സംസ്ഥാനകമ്മിറ്റി തള്ളിക്കളഞ്ഞു. എങ്കിലും തന്റെ നിലപാട് ന്യായീകരിച്ചുകൊണ്ടുള്ള ഒരു രേഖ തയ്യാറാക്കി അവതരിപ്പിക്കാൻ അദ്ദേഹത്തിനവകാശമുണ്ടായിരുന്നു. (6-ാം കോൺഗ്രസിൽ ഈ ലേഖകൻ അതാണ് ചെയ്തത്). അക്കാര്യത്തിൽ അദ്ദേഹത്തോട് യോജിപ്പുള്ള മറ്റ് സ്റ്റേറ്റ് കമ്മിറ്റി മെമ്പർമാരുണ്ടെങ്കിൽ അവരും ചേർന്ന് ഒരു സംയുക്ത രേഖ സംസ്ഥാനസമ്മേളനത്തിൽ അവതരിപ്പിക്കാമായിരുന്നു.

പക്ഷേ, അദ്ദേഹവും കൂട്ടരും ചെയ്തത് അതല്ല. സ്റ്റേറ്റ് കമ്മിറ്റി മെമ്പർമാരല്ലാത്തവരുടെ കൂടി ഒപ്പോടെ ഒരു ബദൽ രേഖ തയ്യാറാക്കി അത് സമ്മേളനത്തിനു മുമ്പ് സമാന ചിന്താഗതിക്കാരെന്ന് തോന്നിയ പ്രതിനിധികൾക്കിടയിൽ വിതരണം ചെയ്യുകയാണ് അദ്ദേഹം അംഗീകരിച്ച നടപടി. താനും സമാന ചിന്താഗതിക്കാരും ചേർന്ന ഒരു ഗ്രൂപ്പുണ്ടാക്കലാണ് ഇത്. സമ്മേളന പ്രതിനിധികളിൽ ഭൂരിപക്ഷത്തെ തങ്ങളുടെ വഴിക്ക് നയിക്കാൻ കഴിയില്ലെന്ന് കണ്ടപ്പോൾ വോട്ടെടുപ്പാവശ്യപ്പെടാതെ ഭൂരിപക്ഷത്തിന്റെ രേഖ പാസാക്കാനനുവദിക്കുകയും അവർ ചെയ്തു.

തുടർന്ന് പാർട്ടി കോൺഗ്രസ് വന്നപ്പോഴും ഇതേ കഥ ആവർത്തിച്ചു. അവിടെയും തങ്ങളുടെ ഭേദഗതിയവതരിപ്പിച്ച് വോട്ടാവശ്യപ്പെടാൻ കഴിയാതെ പിൻവാങ്ങേണ്ടിവന്നു. പക്ഷേ, സംസ്ഥാന സമ്മേളനവും പാർട്ടി കോൺഗ്രസും ഏകകണ്ഠമായി അംഗീകരിച്ച രാഷ്ട്രീയ നയസമീപനത്തെ

വെല്ലുവിളിച്ചുകൊണ്ട് സ്വന്തം പാർട്ടി ഉണ്ടാക്കുന്നതിലേക്കാണ് രാഘവനും കൂട്ടരും ചെന്നെത്തിയത്.

അഖിലേന്ത്യാതലത്തിലും കേരളത്തിലും നടന്ന ഈ രണ്ട് സംഭവ വികാസങ്ങളുടെ അടിസ്ഥാനത്തിൽ നമുക്കൊരു നിഗമനത്തിൽ ചെന്നെത്താം. പാർട്ടി കോൺഗ്രസിന് മുന്നോടിയായും പാർട്ടി കോൺഗ്രസിൽവെച്ചും നടക്കുന്ന ചർച്ചകളിൽ പാർട്ടി മെമ്പർമാർക്കോരോരുത്തർക്കും വ്യക്തിപരമായി അഭിപ്രായം പറയാൻ സ്വാതന്ത്ര്യമുണ്ടെങ്കിലും, 6-ാം കോൺഗ്രസിനുശേഷം അഖിലേന്ത്യാ തലത്തിലെ വലതു വിഭാഗവും കേരളത്തിൽ എം വി രാഘവൻ കൂട്ടാളികളും ചെയ്തതു പോലെ പാർട്ടി കോൺഗ്രസിന് മുമ്പുള്ള ഉൾപ്പാർട്ടി ചർച്ചയെ ഗ്രൂപ്പിസത്തിന്റെ വഴിയിലേക്ക് തിരിച്ചുവിട്ടുകൂടാ.

കൂടാതെ, സ്വതന്ത്രമായ ഉൾപ്പാർട്ടി ചർച്ചയെത്തുടർന്ന് ഏകകണ്ഠമായോ ഭൂരിപക്ഷമനുസരിച്ചോ എടുക്കുന്ന തീരുമാനങ്ങൾ അവയോട് വിയോജിപ്പുള്ളവർപോലും നടപ്പിലാക്കുകയും വേണം. ഇതാണ് മാർക്സിസ്റ്റ്-ലെനിനിസ്റ്റ് പാർട്ടിക്കം ബൂർഷ്വാ-പെറ്റിബൂർഷ്വാ പാർട്ടികളിൽനിന്ന് വേർതിരിക്കുന്നത്.

നിരന്തരമായി സദാ പാർട്ടിഘടകങ്ങളിൽ, പാർട്ടി കോൺഗ്രസുകൾക്കും സമ്മേളനങ്ങൾക്കും മുന്നോടിയായി എന്ന് രണ്ട് രൂപത്തിൽ നടക്കുന്നവയ്ക്ക് പുറമെ ചില പ്രത്യേക സന്ദർഭങ്ങളിൽ പാർട്ടിക്കകത്ത് വ്യാപകമായി ചർച്ച നടത്താനുള്ള വ്യവസ്ഥയും പാർട്ടി ഭരണഘടനയിൽ ഉൾക്കൊള്ളിച്ചിട്ടുണ്ട്. അതടങ്ങുന്ന 21-ാം വകുപ്പ് താഴെ കൊടുക്കുന്നു.

1. പാർട്ടിയിലാകെ വിവിധ ഘടകങ്ങളിലും സംഘടനകളിലും പാർട്ടി നയത്തെപ്പറ്റി സ്വതന്ത്രവും കാര്യമാത്ര പ്രസക്തവുമായ ചർച്ചകൾ നടത്തുന്നത് പാർട്ടിയെ ഏകീകരിക്കുന്നതിന് പ്രയോജനപ്രദവും ആവശ്യവുമാണ്.

   പാർട്ടി അംഗങ്ങളെ സംബന്ധിച്ചിടത്തോളം ഇത് ഉൾപ്പാർട്ടി ജനാധിപത്യത്തിൽ നിന്ന് ഉത്ഭവിക്കുന്ന ഒഴിവാക്കാനാവാത്ത അവകാശമാണ്. എന്നാൽ പാർട്ടി ഐക്യത്തെയും കർമ്മശക്തിയെയും മരവിപ്പിക്കുന്നവിധം പാർട്ടിനയങ്ങളെപ്പറ്റി അനന്തമായി ചർച്ച നടത്തുന്നത് ഉൾപ്പാർട്ടി ജനാധിപത്യത്തെ അങ്ങേയറ്റം ദുരുപയോഗപ്പെടുത്തലാണ്.

2. അഖിലേന്ത്യാ തോതിൽ ഉൾപ്പാർട്ടി ചർച്ചകൾ താഴെപ്പറയുന്ന അവസരങ്ങളിൽ കേന്ദ്രകമ്മിറ്റി സംഘടിപ്പിക്കുന്നതാണ്.

എ. അത് ആവശ്യമാണെന്ന് കേന്ദ്രകമ്മിറ്റി പരിഗണിക്കുമ്പോൾ

ബി. പ്രധാനപ്പെട്ട ഏതെങ്കിലും പാർട്ടി നയപ്രശ്നത്തെ സംബന്ധിച്ച് കേന്ദ്രകമ്മിറ്റിയിൽ വേണ്ടത്ര ഉറച്ച ഭൂരിപക്ഷം ഇല്ലാതാകുമ്പോൾ.

സി. ആകെ മൂന്നിൽ ഒരു ഭാഗം അംഗങ്ങളുടെ പ്രാതിനിധ്യം ഉള്ള സംസ്ഥാനകമ്മിറ്റികൾ അഖിലേന്ത്യാ തോതിൽ ഉൾപ്പാർട്ടി ചർച്ച ആവശ്യപ്പെടുമ്പോൾ

3. ഏതെങ്കിലും സംസ്ഥാനത്തെ മാത്രം ബാധിക്കുന്ന ഒരു പ്രധാനപ്പെട്ട പാർട്ടിനയപ്രശ്നത്തെപ്പറ്റിക്കുറിച്ച് അവിടത്തെ സംസ്ഥാന കമ്മിറ്റിക്ക് സ്വയം മുൻകൈ എടുത്തോ സംസ്ഥാനത്തെ പാർട്ടി അംഗങ്ങളിൽ മൂന്നിൽ ഒരു ഭാഗത്തെ പ്രതിനിധീകരിക്കുന്ന ജില്ലാ കമ്മിറ്റികളുടെ ആവശ്യമനുസരിച്ചോ കേന്ദ്രകമ്മിറ്റിയുടെ അംഗീകാരത്തോടുകൂടി ഉൾപ്പാർട്ടിചർച്ച സംഘടിപ്പിക്കാവുന്നതാണ്.
4. ഉൾപ്പാർട്ടി ചർച്ച കേന്ദ്രകമ്മിറ്റിയുടെ മാർഗ്ഗനിർദ്ദേശത്തോടെയാണ് നടത്തേണ്ടത്. ചർച്ചയ്ക്കുള്ള വിഷയങ്ങൾക്ക് കേന്ദ്രകമ്മിറ്റി രൂപം കൊടുക്കുന്നതായിരിക്കും. ചർച്ച നയിക്കുന്ന കേന്ദ്രകമ്മിറ്റി ചർച്ചയുടെ സമ്പ്രദായവും നിശ്ചയിക്കുന്നതാണ്.

സംസ്ഥാന കമ്മിറ്റിയുടെ നേതൃത്വത്തിൽ ഉൾപ്പാർട്ടി ചർച്ച ആരംഭിക്കുമ്പോൾ അതിലെ പ്രശ്നങ്ങൾക്ക് രൂപം കൊടുത്ത് തിട്ടപ്പെടുത്തുകയും ചർച്ച നടത്തേണ്ട രീതി നിർണ്ണയിക്കുകയും ചെയ്യുന്നത് ആ കമ്മിറ്റി തന്നെ ആയിരിക്കണം. അതിനെല്ലാം കേന്ദ്രകമ്മിറ്റിയുടെ അംഗീകാരവും വേണം.

ഈ അടിസ്ഥാനത്തിൽ നടക്കുന്ന വ്യപകമായ ഉൾപ്പാർട്ടി ചർച്ചകളുടെ അടിസ്ഥാനത്തിൽ രൂപപ്പെടുന്ന ആശയപരവും രാഷ്ട്രീയ നയപരവുമായ പാർട്ടി ഐക്യം അരക്കിട്ടുറപ്പിക്കാനാണ് തികച്ചും അച്ചടക്കപൂർണ്ണമായ ഒരു സംഘടന പാർട്ടി കെട്ടിപ്പടുക്കുന്നത്. അതിന്റെ വിശദാംശങ്ങൾ ഇനിയുള്ള അദ്ധ്യായങ്ങളിൽ വിവരിക്കാം.

10

'ഗ്രൂപ്പിസം' എന്ത് എങ്ങനെ തടയാം?

പാർട്ടിയുടെ നേതൃത്വതലത്തിലും അണികളിലും പ്രത്യക്ഷപ്പെടുന്ന അഭിപ്രായ വ്യത്യാസം ഗ്രൂപ്പിസമായി മാറാനിടയുള്ള സാഹചര്യമാണല്ലോ മുൻ അദ്ധ്യായത്തിൽ വിവരിച്ചത്. എന്നാൽ, രാഷ്ട്രീയ നയപരമായ അഭിപ്രായവ്യത്യാസമില്ലാതെ തന്നെ ചിലപ്പോൾ ഗ്രൂപ്പിസം പ്രത്യക്ഷപ്പെട്ടേക്കാം. അത് പരിശോധിക്കാനാണ് ഇവിടെ തുനിയുന്നത്.

പക്ഷേ, അതിലേക്ക് കടക്കുന്നതിനുമുമ്പ് രാഷ്ട്രീയ നയപരമായ പ്രശ്നങ്ങളിൽ അഭിപ്രായ വ്യത്യാസമുണ്ടാവുമ്പോൾതന്നെ അത് ഗ്രൂപ്പിസമായി മാറാതിരിക്കുമെന്ന് ഉറപ്പുണ്ടാക്കുന്ന വ്യവസ്ഥ ഭരണഘടനയുടെ 13-ാം വകുപ്പിന്റെ 2 സി ഉപവകുപ്പിൽ പരാമർശിച്ചിട്ടുള്ളത് ഇവിടെ എടുത്തു പറയേണ്ടിയിരിക്കുന്നു.

> ഒരു പാർട്ടി കമ്മിറ്റിയിൽ ഗുരുതരമായ അഭിപ്രായ വ്യത്യാസങ്ങൾ ഉയർന്നുവന്നാൽ യോജിപ്പിലെത്തുന്നതിനുവേണ്ടി എല്ലാ പ്രകാരേണയും യത്നിക്കുക. ഇത് കഴിയാതെ വന്നാൽ, പാർട്ടിക്കും ബഹുജനപ്രസ്ഥാനത്തിനും പെട്ടെന്ന് ഒരു തീരുമാനം ഇതേക്കുറിച്ച് ആവശ്യമില്ലാത്ത പക്ഷം തുടർന്നുള്ള ചർച്ച വഴി അഭിപ്രായ ഭിന്നതകൾ പരിഹരിക്കാൻവേണ്ടി തീരുമാനം മാറ്റിവെക്കുക.

ഈ വ്യവസ്ഥയിൽ ശ്രദ്ധേയമായ രണ്ട് സംഗതികളുണ്ട്.

ഒന്നാമത്, 'പെട്ടെന്ന് ഒരു തീരുമാനം ആവശ്യമില്ലാത്ത' അഭിപ്രായ വ്യത്യാസം വോട്ടെടുത്ത് തീരുമാനിക്കരുത്. വിശദമായ ചർച്ചയ്ക്ക് വേണ്ടിടത്തോളം സമയമെടുത്ത് അഭിപ്രായ ഐക്യം ഉണ്ടാകാൻശ്രമിക്കുകയും നിവൃത്തിയില്ലാത്ത പക്ഷം മാത്രം പെട്ടെന്ന് തീരുമാനമെടുക്കേണ്ട കാര്യങ്ങളിൽ വോട്ടെടുത്ത് ഭൂരിപക്ഷ പ്രകാരം തീരുമാനിക്കുകയും വേണം.

രണ്ടാമത്, ഭൂരിപക്ഷ തീരുമാനം ന്യൂനപക്ഷം അംഗീകരിച്ച് നടപ്പി

ലാക്കണം. പിന്നീടുള്ള പ്രവർത്തനത്തിന്റെ വെളിച്ചത്തിൽ ആദ്യത്തെ തീരുമാനത്തിൽ ആവശ്യമായ മാറ്റം വരുത്തണം.

ഈ നിലപാടെടുക്കാൻ ബന്ധപ്പെട്ടവരെല്ലാം തയ്യാറായാൽ രാഷ്ട്രീയ നയപരമായ അഭിപ്രായവ്യത്യാസങ്ങളുടെ കാര്യത്തിൽപോലും പാർട്ടിയിൽ യോജിപ്പുണ്ടാക്കാൻ കഴിയും.

ഈ സമീപനമംഗീകരിക്കാൻ അവിഭക്ത കമ്യൂണിസ്റ്റ് പാർട്ടിയിൽ വലതുപക്ഷ വിഭാഗം തയ്യാറാവാതിരുന്നതിനാലാണ് 1964 ൽ പാർട്ടി ഭിന്നിക്കാനിടയായത്. (ഭിന്നിപ്പിന് തൊട്ടുമുമ്പ് 'ഗ്രൂപ്പിസ'ത്തിന്റെ അടിസ്ഥാനത്തിലല്ലാതെ ഏകീകൃതമായ പാർട്ടി കോൺഗ്രസ് ചേർന്ന് അഭിപ്രായവ്യത്യാസങ്ങളുള്ള പ്രശ്നങ്ങളിൽ ഭൂരിപക്ഷ തീരുമാനമെടുക്കാനുള്ള നിർദ്ദേശം ഇടതുപക്ഷമുന്നയിക്കുകയും വലതുപക്ഷം നിരാകരിക്കുകയും ചെയ്തപ്പോഴാണ് ഭിന്നിപ്പുണ്ടായത്)

രാഷ്ട്രീയ നയപരമായി അഭിപ്രായവ്യത്യാസമുള്ള കാര്യങ്ങളിൽ പോലും ഇതാണ് സ്ഥിതിയെങ്കിൽ രാഷ്ട്രീയ നയപരമായി അഭിപ്രായവ്യത്യാസമില്ലാത്ത സാഹചര്യത്തിൽ എന്തുചെയ്യണമെന്ന് പറയേണ്ടതില്ലല്ലോ. വിവിധ സഖാക്കളുടെ പ്രവർത്തനവും കഴിവുകളും വിലയിരുത്തുന്ന കാര്യത്തിൽ ഉണ്ടാവുന്ന അഭിപ്രായവ്യത്യാസമാണ് സംഘടനാപരമായ ഗ്രൂപ്പിസമായി വളർന്നുവരുന്നത്. അത് കൈകാര്യം ചെയ്യുന്നതിന് ഓരോ നിലവാരത്തിലുമുള്ള പാർട്ടി കമ്മിറ്റികൾ, അവ സംഘടിപ്പിക്കുന്ന പാർട്ടി സമ്മേളനങ്ങൾ എന്നിവയുടെ നടത്തിപ്പ് സംബന്ധിച്ച് പാർട്ടി ഭരണഘടനയിലെ വ്യവസ്ഥ പൂർണ്ണമായി പാലിക്കുക മാത്രമേ മാർഗ്ഗമുള്ളൂ.

പാർട്ടിയുടെ കേന്ദ്രകമ്മിറ്റിയെ തിരഞ്ഞെടുക്കുന്നതിനുള്ള വ്യവസ്ഥ ഭരണഘടനയുടെ 15–ാം വകുപ്പിലാണുള്ളത്. അതേ വ്യവസ്ഥയനുസരിച്ചാണ് കീഴെ നിലവാരങ്ങളിലുള്ള പാർട്ടി കമ്മിറ്റികളെയും തിരഞ്ഞെടുക്കേണ്ടതെന്ന് 16–ാം വകുപ്പ് പറയുന്നു. അതുകൊണ്ട് കേന്ദ്രകമ്മിറ്റിയുടെ തിരഞ്ഞെടുപ്പു സംബന്ധിച്ചുള്ള 15(1) എന്ന ഉപവകുപ്പ് മുഴുവൻ ഇവിടെ ഉദ്ധരിക്കട്ടെ.

എ. പാർട്ടി കോൺഗ്രസ് ഒരു കേന്ദ്രകമ്മിറ്റിയെ തിരഞ്ഞെടുക്കുന്നതായിരിക്കും കേന്ദ്രകമ്മിറ്റിയിലെ അംഗസംഖ്യ കോൺഗ്രസുതന്നെ തീരുമാനിക്കും.

ബി. സ്ഥാനം ഒഴിയുന്ന കേന്ദ്രകമ്മിറ്റി പുതിയ കമ്മിറ്റിയിലേക്കുള്ള സ്ഥാനാർത്ഥികളുടെ ഒരു പാനൽ പാർട്ടി കോൺഗ്രസിന്റെ പരിഗണനയ്ക്ക് സമർപ്പിക്കണം.

സി. ബഹുജനങ്ങളുമായി അടുത്ത ബന്ധമുള്ളതും തൊഴിലാളിവർഗ്ഗത്തിന്റെ വിപ്ലവവീക്ഷണത്തിൽ അടിയുറച്ചതും മാർക്സിസം-ലെനിനിസത്തിൽ ശിക്ഷണം നേടിയതുമായ കഴിവുറ്റ ഒരു നേതൃത്വത്തെ സൃഷ്ടിക്കുക എന്ന കാഴ്ചപ്പാടോടെ ആകണം സ്ഥാനാർത്ഥികളുടെ പാനൽ തയ്യാറാക്കുന്നത്.

ഡി. പാനലിൽ ഉള്ള യാതൊരാളുടെയും പേരിലും ഏതൊരു പ്രതിനിധിക്കും എതിർപ്പ് ഉന്നയിക്കാവുന്നതും പുതുതായി ഒന്നോ അതിലധികമോ പേരുകൾ നിർദ്ദേശിക്കാവുന്നതുമാണ്. പക്ഷേ, നിർദ്ദേശിക്കപ്പെടുന്ന

പേരുകാരന്റെ മുൻകൂട്ടിയുള്ള സമ്മതം വാങ്ങിയിരിക്കണം.

ഇ. പേര് നിർദ്ദേശിക്കപ്പെട്ട ഏതൊരാൾക്കും പിന്മാറാൻ അവകാശമുണ്ടായിരിക്കും.

എഫ്. നിർദ്ദേശിക്കപ്പെട്ട പാനലും പ്രതിനിധികൾ നിർദ്ദേശിച്ച പേരുകളും ചേർത്ത് വോട്ടിനിടും. വോട്ടെടുപ്പ് രഹസ്യ ബാലറ്റനുസരിച്ചും ഒരു സ്ഥാനാർത്ഥിക്ക് ഒരു വോട്ട് മാത്രമേ നല്കാൻ പാടുള്ളൂ എന്ന വ്യവസ്ഥയനുസരിച്ചുമായിരിക്കണം (രഹസ്യമായ ഏകവിതരണ വോട്ട് സമ്പ്രദായം.) കൂടുതൽ പേരുകൾ നിർദ്ദേശിക്കപ്പെട്ടിട്ടില്ലെങ്കിൽ പ്രതിനിധികളുടെ അംഗീകാരം കൈയുയർത്തി രേഖപ്പെടുത്തും.

മുമ്മൂന്ന് കൊല്ലത്തിലൊരിക്കൽ കൂടുന്ന കീഴേതല പാർട്ടി സമ്മേളനങ്ങളിലും പാർട്ടി കോൺഗ്രസിലും അതേവരെ നിലനിന്നിരുന്ന പാർട്ടി കമ്മിറ്റികളിലെ ഓരോ സഖാവിന്റെയും പ്രവർത്തനം വിമർശന-സ്വയം വിമർശനങ്ങളുടെ അടിസ്ഥാനത്തിൽ വിലയിരുത്തി പുതിയ കമ്മിറ്റിയെ തിരഞ്ഞെടുക്കുന്നതിനുള്ള പാനൽ തയ്യാറാക്കണമെന്നാണല്ലോ ഇതിനർത്ഥം. ആ പാനൽ സമ്മേളനത്തിൽ വിശദമായ വിമർശനത്തിന് വിധേയമാവും. പാനലിൽപെട്ട ഓരോ പേരിനുമെതിരെ വിമർശനം നടത്താൻ പ്രതിനിധികൾക്കധികാരമുണ്ട്. അതുപയോഗിക്കാൻ സഹായിക്കുന്നതിന് പാനൽ മുൻകൂട്ടി പ്രതിനിധികളുടെ പരിശോധനയ്ക്കുവേണ്ടി വിതരണം ചെയ്യണമെന്ന് 14-ാം കോൺഗ്രസിന്റെ റിപ്പോർട്ടിൽ നിർദ്ദേശിച്ചിട്ടുണ്ട്.

ഇതനുസരിച്ച് പാനൽ തയ്യാറാക്കുന്നതിനുമുമ്പ് കമ്മിറ്റിയിലും അവതരിപ്പിച്ചതിനുശേഷം സമ്മേളനത്തിലും നികൃഷ്ടമായ വിമർശന-സ്വയം വിമർശനങ്ങൾ നടന്നാൽ സമ്മേളനങ്ങളിൽ നടക്കുന്ന തിരഞ്ഞെടുപ്പുകൾ തികച്ചും സ്വതന്ത്രമായിത്തീരും.

നിർഭാഗ്യവശാൽ ഇന്നത്തെ പതിവ് അതല്ല. പാനൽ തയ്യാറാക്കുന്നതിനുമുമ്പ് കമ്മിറ്റിയിൽ വിശദമായ വിമർശന-സ്വയം വിമർശനങ്ങളില്ല. സമ്മേളനത്തിന്റെ വേദിയിലും പാനലിൽ വന്ന പേരുകളെ സംബന്ധിച്ച് വിമർശന സ്വയം വിമർശനങ്ങളില്ല. അങ്ങനെ പാർട്ടിക്കകത്തെ തിരഞ്ഞെടുപ്പ് വെറും ഔപചാരികമായി മാറുന്നു. സംഘടനാപരമായ കുത്തിത്തിരുപ്പുകൾക്കും 'ഗ്രൂപ്പിസ'ത്തിന്റെ വളർച്ചയ്ക്കും അത് ഇടവെക്കുന്നു.

ഈ പ്രവർത്തനരീതിയുടെ ഫലമായാണ് രാഷ്ട്രീയ നയപരമായ അഭിപ്രായ വ്യത്യാസങ്ങളൊന്നുമില്ലെങ്കിലും സഖാക്കളുടെ ചെയ്തികളെയും വ്യക്തിത്വത്തെയും വിലയിരുത്തുന്നത് സംബന്ധിച്ച് അഭിപ്രായവ്യത്യാസം പൊട്ടിപ്പുറപ്പെടുന്നത്. അത് ഒഴിവാക്കണമെങ്കിൽ പാർട്ടി കമ്മിറ്റികളുടെ തിരഞ്ഞെടുപ്പ് സംബന്ധിച്ച് ഭരണഘടനയിലും 14-ാം കോൺഗ്രസിന്റെ സംഘടനാ പ്രമേയത്തിലും ഉന്നയിച്ച നിർദ്ദേശങ്ങൾ മുഴുവൻ നടപ്പിൽ വരുത്തണം. ഇതിന്റെ അഭാവമാണ് അടുത്തകാലത്ത് പ്രത്യേക്ഷപ്പെട്ട 'ഗൗരിയമ്മ പ്രശ്ന' മടക്കം പല സംഘടനാ പ്രശ്നങ്ങൾക്കും വഴിവെച്ചത്. ഒരു സഖാവിനെ വിലയിരുത്തുന്നതിൽ ആ സഖാവും സ്വന്തം ഘടകത്തിലെ ഭൂരിപക്ഷവും തമ്മിൽ അഭിപ്രായവ്യത്യാസങ്ങൾ വരുമ്പോഴാണ് ഇത്തരം സംഭവങ്ങൾ നടക്കുന്നത്.

11

പാർട്ടി അംഗത്വം

മാർക്സിസം-ലെനിനിസത്തെ ആസ്പദമാക്കി പ്രവർത്തിക്കുന്ന സി പി ഐ (എം) ഉം ബൂർഷ്വാ പാർട്ടികളും തമ്മിൽ ഒരു പ്രധാന വ്യത്യാസമുണ്ട്. ബൂർഷ്വാ പാർട്ടികളിൽ അംഗത്വം നേടുന്നതിന് പാർട്ടിയുടെ മൗലിക രേഖകൾ അംഗീകരിക്കുകയും പാർട്ടിമെമ്പറെന്ന നിലയ്ക്ക് കൊടുക്കാനുള്ള വരിസംഖ്യ കൊടുക്കുകയും മാത്രം ചെയ്താൽ മതി. സി പി ഐ (എം) ൽ അംഗത്വം നേടുന്നതിനാകട്ടെ കുറെക്കൂടി സങ്കീർണ്ണമായ ഒരു പ്രക്രിയയുണ്ട്.

ട്രേഡ് യൂണിയൻ മുതലായ വർഗ്ഗ ബഹുജന സംഘടനകളിലോ പുരോഗമനപരമായ സാമൂഹ്യ-സാംസ്കാരിക സംഘടനകളിലോ ബൂർഷ്വാ രാഷ്ട്രീയ പാർട്ടികളിൽ തന്നെയോ പ്രവർത്തിച്ച് അതിന്റെ അനുഭവത്തിലൂടെ സി പി ഐ (എം) നോട് അനുഭാവം പ്രകടിപ്പിക്കാൻ തുടങ്ങിയവരെ മാത്രമാണ് പാർട്ടി അംഗങ്ങളാക്കുന്നത്. അത്തരം സംഘടനകളിൽ നടത്തുന്ന പ്രവർത്തനം വീക്ഷിച്ച് സി പി ഐ (എം) ൽ അംഗങ്ങളാകാമെന്ന് ബോദ്ധ്യപ്പെടുന്നവരെ മാത്രമാണ് അംഗങ്ങളാക്കുക.

ഈ വിധത്തിൽ സി പി ഐ (എം) നോട് അടുത്ത് വരുന്നവരെ ആദ്യം അനുഭാവി ഗ്രൂപ്പുകളിലാണ് ചേർക്കുക. അത് സംബന്ധിച്ച് പാർട്ടി ഭരണഘടനയിലെ മൂന്നാം വകുപ്പനുസരിച്ച് സെൻട്രൽ കമ്മിറ്റി തയ്യാറാക്കിയ ചട്ടങ്ങളിൽ ഇങ്ങനെ പറയുന്നു:

> ബഹുജനസമരങ്ങളിലൂടെ മുന്നോട്ട് വരുന്ന സമരധീരരായവരെ അനുഭാവി ഗ്രൂപ്പുകളിൽ ഉൾപ്പെടുത്തി പരിശീലനം നല്കി പഠിപ്പിച്ച് പാർട്ടി അംഗങ്ങളായി ചേർക്കുന്നതിന് പ്രാപ്തരാക്കണമെന്ന് സാൽക്കിയ പ്ലീനം നിശ്ചയിച്ചിരുന്നതാണ് താഴെ വിവരിച്ച ചട്ടങ്ങൾ ഉൾപ്പെടുത്തിയിരിക്കുന്നത് ഇതിനുവേണ്ടിയാണ്.

ബഹുജനപ്രക്ഷോഭങ്ങളിലൂടെയും സംഘടനാ പ്രവർത്തനങ്ങളിലൂടെയും മുന്നോട്ട് വരുന്ന സമരധീരരായ സജീവ പ്രവർത്തകരെ അനുഭാവി ഗ്രൂപ്പുകളായി സംഘടിപ്പിക്കാൻ വേണ്ട നടപടികൾ പാർട്ടി ഘടകങ്ങൾ കൈക്കൊള്ളേണ്ടതാണ്.

ഇങ്ങനെ സംഘടിപ്പിക്കപ്പെടുന്ന അനുഭാവി ഗ്രൂപ്പുകളിലെ അംഗങ്ങളെ ഉചിതമായ സമയപരിധിക്കുള്ളിൽ പാർട്ടിയിൽ സ്ഥാനാർത്ഥി അംഗങ്ങളായി ചേരുന്നതിന് പ്രാപ്തരാക്കാൻ പര്യാപ്തമായ വിധത്തിൽ പാർട്ടിപരിപാടിയെയും പാർട്ടിയുടെ അടിസ്ഥാന നയസമീപനങ്ങളെയും സംബന്ധിച്ച വിദ്യാഭ്യാസവും പരിശീലനവും നല്കുന്നതിനുള്ള സംവിധാനങ്ങളും പാർട്ടികമ്മിറ്റികൾ ഉണ്ടാക്കേണ്ടതാണ്.

ഇങ്ങനെ അനുഭാവി ഗ്രൂപ്പുകളിൽ ചേർന്ന് പ്രവർത്തിക്കുന്നതിന്റെ റിപ്പോർട്ടിനെ ആസ്പദമാക്കിയാണ് അർഹരായവരെ പാർട്ടിയുടെ സ്ഥാനാർത്ഥി അംഗങ്ങളാക്കുന്നത്. അതിന് രണ്ട് പാർട്ടി മെമ്പർമാരുടെ ശുപാർശയുണ്ടാവണം.

ഒരു അപേക്ഷകനെ പാർട്ടി അംഗത്വത്തിന് ശുപാർശ ചെയ്യുന്ന പാർട്ടി അംഗങ്ങൾ അയാളെപ്പറ്റി തങ്ങൾക്ക് നേരിട്ടറിയാവുന്ന വിവരങ്ങൾ തികഞ്ഞ ഉത്തരവാദിത്വബോധത്തോടെ ബന്ധപ്പെട്ട പാർട്ടി ബ്രാഞ്ചിനോ ഘടകത്തിനോ നല്കേണ്ടതാണ്. അപേക്ഷകരെ പാർട്ടിയിൽ ചേർക്കാമെങ്കിൽ പാർട്ടി ബ്രാഞ്ച് തൊട്ടടുത്ത മേൽകമ്മിറ്റിയോട് ശുപാർശ ചെയ്യണം. ആ മേൽകമ്മിറ്റിയാണ് എല്ലാ ശുപാർശകളെയും പറ്റി തീരുമാനം എടുക്കുന്നത്.

കൂടാതെ പാർട്ടി ബ്രാഞ്ചിന് മുകളിൽ കേന്ദ്രകമ്മിറ്റിവരെയുള്ള പാർട്ടി കമ്മിറ്റികൾക്കും പുതിയ അംഗങ്ങളെ നേരിട്ട് പാർട്ടിയിൽ ചേർക്കാൻ അധികാരമുണ്ട്.

ഈ നടപടിക്രമങ്ങളിലൂടെ സ്ഥാനാർത്ഥി അംഗമായി അംഗീകരിക്കപ്പെടുന്ന സഖാക്കൾക്ക് പാർട്ടിയുടെ പരിപാടി, ഭരണഘടന, സമകാലിക നയങ്ങൾ എന്നിവ സംബന്ധിച്ച പ്രാഥമിക പഠനത്തിന് അതാത് ഘടകങ്ങൾ ഏർപ്പാടുണ്ടാക്കേണ്ടതും ബ്രാഞ്ചിലോ ഘടകത്തിലോ അംഗങ്ങൾ എന്ന നിലയ്ക്ക് പ്രവർത്തിക്കാൻ അവസരം നല്കിക്കൊണ്ട് അവരുടെ വളർച്ച അവലോകനം ചെയ്യേണ്ടതുമാണ്.

സ്ഥാനാർത്ഥി അംഗത്വ കാലാവധി അവസാനിച്ചാൽ ബന്ധപ്പെട്ട ബ്രാഞ്ചോ കമ്മിറ്റിയോ പൂർണ്ണ അംഗത്വം ലഭിക്കാൻ അയാൾ യോഗ്യനായോ എന്ന് ചർച്ച ചെയ്യണം. സ്ഥാനാർത്ഥി അംഗം അയോഗ്യനാണെന്ന് കണ്ടാൽ പാർട്ടി ബ്രാഞ്ചോ കമ്മിറ്റിയോ അയാളുടെ സ്ഥാനാർത്ഥിത്വം റദ്ദ് ചെയ്യേണ്ടതാണ്. പൂർണ്ണ അംഗത്വം

നല്കിയതിനെക്കുറിച്ചുള്ള റിപ്പോർട്ട് ബന്ധപ്പെട്ട ബ്രാഞ്ചോ പാർട്ടി കമ്മിറ്റിയോ അടുത്ത മേൽകമ്മിറ്റിക്ക് കൃത്യമായി അയക്കേണ്ട താണ്.

ആ റിപ്പോർട്ട് പരിശോധിച്ചതിനുശേഷം അത് സമർപ്പിച്ച പാർട്ടി ബ്രാഞ്ചിനോടോ കമ്മിറ്റിയോടോ കൂടിയാലോചിച്ചുകൊണ്ട് അത് ഭേദഗതി ചെയ്യാനോ ആകെ മാറ്റാനോ ഉപരികമ്മിറ്റിക്ക് അധികാര മുണ്ടായിരിക്കും.

അതായത്, ഒരാൾ ഒരു പർട്ടി മെമ്പറാകണമെങ്കിൽ, ആദ്യം അനു ഭാവി ഗ്രൂപ്പിൽ പ്രവർത്തിക്കണം. അതിന്റെ അനുഭവം വീക്ഷിച്ചു കൊണ്ടാണ് പിന്നീട് സ്ഥാനാർത്ഥിയാക്കുന്നത്. സ്ഥാനാർത്ഥി എന്ന നിലയ്ക്ക് നടത്തുന്ന പ്രവർത്തനം വീക്ഷിച്ചിട്ടാണ് പൂർണ്ണ അംഗത്വംകൊടുക്കുന്നത്.

ഇത്ര നിഷ്കർഷമായി പാർട്ടി മെമ്പർമാരെ എടുക്കുന്ന രീതി ബൂർഷ്വാ പെറ്റിബൂർഷ്വാ പാർട്ടികൾക്കില്ല. എന്തുകൊണ്ടെന്നാൽ, അവ രുടേത് മിക്കവാറും പൂർണ്ണമായി പാർലമെന്ററി പ്രവർത്തനവേദിയിൽ ഒതു ങ്ങിനില്ക്കുന്ന പാർട്ടികളാണ്. മാർക്സിസ്റ്റ്-ലെനിനിസ്റ്റ് പാർട്ടിയാവട്ടെ, ജനങ്ങളെ വിപ്ലവത്തിന് തയ്യാറാക്കുന്ന ഒരു പാർട്ടിയാണ്. വിപ്ലവത്തിന് മുന്നൊരുക്കങ്ങൾ നടത്തുന്നതിനുള്ള ഉപാധി എന്ന നിലയ്ക്ക് മാത്രമേ പാർലമെന്ററി പ്രവർത്തനം മാർക്സിസ്റ്റ്-ലെനിനിസ്റ്റ് പാർട്ടി കാണുന്നുള്ളൂ.

ആർക്കെല്ലാം പാർട്ടി അംഗമാകാം? ഭരണഘടനയുടെ 4-ാം വകുപ്പ നുസരിച്ച് ഓരോ പാർട്ടി അംഗവും താഴെ പറയുന്ന വ്യവസ്ഥകൾ നടപ്പി ലാക്കണം

ഒന്നാമത്: പാർട്ടിയുടെ ഭരണഘടയും പരിപാടിയും അംഗീകരി ക്കണം.

രണ്ടാമത്: ഏതെങ്കിലും ഒരു പാർട്ടി സംഘടനയിൽ പ്രവർത്തിക്ക ണം.

ഒന്നുകിൽ ഏറ്റവും കീഴെ തലത്തിലുള്ള ബ്രാഞ്ചിൽ. അല്ലെങ്കിൽ മേലെ നിലവാരങ്ങളിലുള്ള പാർട്ടി കമ്മിറ്റികളിൽ അതാതിന്റെ ചർച്ചക ളിൽ പങ്കെടുത്തുകൊണ്ടും അതെടുക്കുന്ന തീരുമാനങ്ങൾ നടപ്പിലാക്കി ക്കൊണ്ടും പ്രവർത്തിക്കുന്ന ഒരാൾക്ക് മാത്രമേ പാർട്ടിമെമ്പറാകാൻ കഴി യുകയുള്ളൂ എന്നർത്ഥം.

മൂന്നാമത്: കൃത്യമായി അംഗവരിയും ലെവിയും നല്കണം.

നാലാമത്: പാർട്ടി തീരുമാനങ്ങൾ നടപ്പിലാക്കണം.

ഇവിടെ പറഞ്ഞ രണ്ടാമത്തെ കാര്യം വലതുപക്ഷ സോഷ്യൽ ഡമോ ക്രാറ്റുകരിൽനിന്നും ബോൾഷെവിക്കുകാരെ വേർതിരിക്കുന്നതാണെന്ന് ഇതിനുമുമ്പ് ചൂണ്ടിക്കാണിച്ചിട്ടുണ്ട്. അതിന്റെ ലംഘനമാണ് ഗൗരിയമ്മ പ്രശ്നം സൃഷ്ടിച്ചതെന്ന് ഓർക്കുമല്ലോ.

തിരഞ്ഞെടുക്കപ്പെട്ട സംസ്ഥാന കമ്മിറ്റി അംഗത്വത്തിൽനിന്ന് മാറ്റി

യപ്പോൾ കമ്മിറ്റി നിർദ്ദേശിച്ചതുപോലെ താൻ പ്രവർത്തിക്കുന്ന ജില്ലയിലെ ഏറ്റവും വലിയ ഘടകമായ ജില്ലാകമ്മിറ്റികൾ പ്രവർത്തിക്കണമെന്ന നിർദ്ദേശം അവർ വെല്ലുവിളിച്ചു. ജില്ലാ കമ്മിറ്റിയെ മാറ്റണമെന്ന ആവശ്യംപോലും അവർ ഉന്നയിച്ചു. ഇത് നഗ്നമായ സംഘടനാതത്ത്വലംഘനമാണ്.

ഏതെങ്കിലും ഒരു പാർട്ടി സംഘടനയിൽ പ്രവർത്തിക്കുക. അംഗവരിയും ലെവിയും നല്കുക. പാർട്ടി തീരുമാനങ്ങൾ നടപ്പിലാക്കുക എന്നിവ മാത്രമാണ് പാർട്ടി അംഗത്വത്തിനുള്ള അർഹതയായി ഇവിടെ എടുത്തു പറയുന്നതെന്ന് പ്രത്യേകം ശ്രദ്ധിക്കുമല്ലോ.

ഇതിനുമുമ്പ് ഉദ്ധരിച്ചു ചേർത്ത പാർട്ടി അംഗങ്ങളുടെ ചുമതലകളിൽ മാർക്സിസം-ലെനിനിസം പഠിക്കുകയും സ്വന്തം അറിവിന്റെ നിലവാരം ഉയർത്താൻ ശ്രമിക്കുകയും ചെയ്യണമെന്ന് പറഞ്ഞിട്ടുണ്ടല്ലോ. അതുകൊണ്ട് വൈരുദ്ധ്യാത്മകവും ചരിത്രപരവുമായ ഭൗതികവാദമെന്ന മാർക്സിസ്റ്റ്-ലെനിനിസ്റ്റ് വീക്ഷണം സ്വായത്തമാക്കാൻ ഓരോ പാർട്ടി മെമ്പറും ശ്രമിക്കുകതന്നെ വേണം.

പക്ഷേ, അതിനർത്ഥം പല സഖാക്കളും കരുതുന്നതുപോലെ, മാർക്സിസ്റ്റ് ലെനിനിസ്റ്റ് ദർശനത്തിൽ പാണ്ഡിത്യം നേടുക എന്നത് പാർട്ടി അംഗത്വം നേടുന്നതിനുള്ള അവശ്യോപാധിയാണെന്നല്ല.

പാർട്ടിയുടെ മൗലികപരിപാടി, പാർട്ടി അതാത് സമയത്ത് എടുക്കുന്ന രാഷ്ട്രീയ നയസമീപനങ്ങൾ എന്നിവയുടെ അടിസ്ഥാനത്തിൽ നടത്തുന്ന പ്രായോഗിക പ്രവർത്തനമാണ് പാർട്ടി അംഗങ്ങൾക്ക് ഉണ്ടാവേണ്ട മേന്മ.

ഇവിടെ ഒരു ചോദ്യം ഉത്ഭവിക്കുന്നു: തികഞ്ഞ ഈശ്വരവിശ്വാസിയും ഈശ്വരാരാധന സംബന്ധിച്ച നടപടിക്രമങ്ങളിൽ സ്ഥിരമായി പങ്കുകൊള്ളുന്ന ആളും പാർട്ടി അംഗത്വത്തിന് അർഹനാണോ? ഈ ചോദ്യത്തിന് രണ്ട് ഉത്തരങ്ങളുണ്ട്.

ഒന്നാമത്, ഏതെങ്കിലും ഒരു പാർട്ടി ഘടകത്തിന്റെ അച്ചടക്കത്തിന് കീഴ്പ്പെട്ടുകൊണ്ട് പാർട്ടിയുടെ ആനുകാലിക നയസമീപനങ്ങൾ പ്രയോഗത്തിൽ വരുത്താൻ ശ്രമിക്കുന്ന ഒരാൾ ഈശ്വരവിശ്വാസിയാണെന്ന ഒറ്റ കാരണത്താൽ പാർട്ടി അംഗത്വത്തിന് അനർഹനാവുകയില്ല.

രണ്ടാമത്, ഈശ്വരവിശ്വാസത്തിനും ഈശ്വരാരാധന സംബന്ധിച്ച നടപടിക്രമങ്ങൾക്കും എതിരാണ് വൈരുദ്ധ്യാത്മകവും ചരിത്രപരവുമായ ഭൗതികവാദമാണ് മനസ്സിലാക്കി അത് കൂടുതൽ കൂടുതൽ സ്വായത്തമാക്കാൻ പാർട്ടിമെമ്പർമാർ ആത്മാർത്ഥമായി ശ്രമിക്കണം.

ഈ ശ്രമവും പാർട്ടി ഘടകത്തിന്റെ നിർദ്ദേശമനുസരിച്ച് നടത്തുന്ന പ്രായോഗിക പ്രവർത്തനവും ചേർന്നാൽ മാർക്സിസം-ലെനിനിസത്തിൽ താത്ത്വികമായ അറിവ് കൂടുതൽ കൂടുതൽ ഉണ്ടാക്കാൻ പാർട്ടി മെമ്പർമാർക്ക് കഴിയുമെന്നാണ് പാർട്ടി കരുതുന്നത്.

അതായത്, പാർട്ടിയിൽ ഔപചാരികമായി അംഗത്വം നേടുന്ന സഖാക്കളെ നല്ല കമ്യൂണിസ്റ്റുകാരാക്കി മാറ്റാൻ പ്രാഥമികമായി വേണ്ടത് സ്വന്തം

ഘടകത്തിന്റെ നിർദ്ദേശമനുസരിച്ച് പ്രായോഗിക പ്രവർത്തനം നടത്തലും അതോടൊപ്പം മാർക്സിസ്റ്റ്-ലെനിനിസ്റ്റ് സിദ്ധാന്തങ്ങളിൽ അവഗാഹം നേടാൻ ശ്രമിക്കലുമാണ്.

താത്ത്വിക മേഖലയിൽ അവഗാഹം നേടാൻ ശ്രമിക്കുന്നതുകൊണ്ട് മാത്രം ഒരാൾ നല്ല കമ്യൂണിസ്റ്റ് ആവുകയില്ല. അച്ചടക്ക പൂർണ്ണമായ പ്രായോഗിക പ്രവർത്തനം ഇല്ലാത്ത താത്ത്വിക വിദ്യാഭ്യാസം നല്ല കമ്യൂണിസ്റ്റുകാരെ സൃഷ്ടിക്കുകയില്ല.

നേരെമറിച്ച്, അച്ചടക്ക പൂർവ്വമായ പ്രായോഗിക പ്രവർത്തനംകൊണ്ട് മാത്രം ഒരാൾ നല്ല കമ്യൂണിസ്റ്റാവുകയില്ല. താത്ത്വിക മേഖലയിൽ കൂടുതൽ കൂടുതൽ അവഗാഹം നേടുന്നതിന് നിരന്തരമായി പരിശ്രമിക്കുക കൂടി വേണം.

പാർട്ടി അംഗത്വം സംബന്ധിച്ച ഭരണഘടനാ വ്യവസ്ഥകളിൽ പ്രധാനമാണ് അംഗത്വ പരിശോധന. വർഷംതോറും മാർച്ച് അവസാനത്തോടുകൂടി നിലവിലുള്ള അംഗങ്ങൾ എങ്ങനെ പ്രവർത്തിക്കുന്നുവെന്ന് പരിശോധിക്കണം. “ശരിയായ കാരണം കൂടാതെ തുടർച്ചയായി കുറെ കാലത്തേക്ക് പാർട്ടി ജീവിതത്തിലും പ്രവർത്തനത്തിലും പങ്കെടുക്കാതിരിക്കുകയോ, വരിസംഖ്യ മുതലായവ കൊടുക്കാതിരിക്കുകയോ ചെയ്യുന്ന ഏതൊരാളെയും പാർട്ടി അംഗത്വത്തിൽനിന്ന് തള്ളിക്കളയുന്നതാണ്.”

കഴിഞ്ഞ കാലത്ത് പാർട്ടിക്ക് എത്ര വലിയ സേവനം നല്കിയിട്ടുണ്ടെങ്കിലും എത്ര വലിയ ത്യാഗം സഹിച്ചിട്ടുണ്ടെങ്കിലും ഇന്ന് “ശരിയായ കാരണം കൂടാതെ തുടർച്ചയായി കുറേ കാലത്തേക്ക് പാർട്ടി ജീവിതത്തിലും പ്രവർത്തനത്തിലും പങ്കെടുക്കാതിരിക്കുകയോ വരിസംഖ്യ മുതലായവ കൊടുക്കാതിരിക്കുകയോ” ചെയ്താൽ പാർട്ടി അംഗത്വം നഷ്ടപ്പെടുകതന്നെ ചെയ്യും. അച്ചടക്കപൂർണ്ണമായ സജീവ പ്രവർത്തനം നടത്താത്ത പാർട്ടി മെമ്പർമാരെ അംഗത്വ രജിസ്റ്ററിൽ വെച്ചുകൊണ്ടിരിക്കുകയില്ലെന്നർത്ഥം.

ഈ പരിശോധന സംബന്ധിച്ച റിപ്പോർട്ടും മെമ്പർമാരിൽനിന്ന് പിരിക്കുന്ന വരിസംഖ്യയും മെയ് 31 ന് സെൻട്രൽ കമ്മിറ്റിക്ക് എത്തിച്ചാൽ മാത്രമേ സഖാക്കളുടെ അംഗത്വം തുടരുകയുള്ളൂ.

പാർട്ടി അംഗത്വം രാജിവെക്കുന്നത് സംബന്ധിച്ചാണ് ഭരണഘടനയിലെ എടുത്തുപറയേണ്ട മറ്റൊരു വ്യവസ്ഥ. അത് താഴെ കൊടുക്കുന്നു:

1. തന്റെ അംഗത്വം രാജിവെക്കണമെന്ന് ആഗ്രഹിക്കുന്ന ആൾ താൻ അംഗമായിരിക്കുന്ന പാർട്ടി ബ്രാഞ്ചിനോ ഘടകത്തിനോ രാജി സമർപ്പിക്കേണ്ടതാണ്. ബന്ധപ്പെട്ട ഘടകത്തിന് ആ രാജി സ്വീകരിച്ച് അയാളുടെ പേർ അംഗത്വപ്പട്ടികയിൽനിന്ന് നീക്കിക്കളയാവുന്നതാണ്. ഈ വിവരം അടുത്ത മേൽകമ്മിറ്റിക്ക് റിപ്പോർട്ട് ചെയ്യുകയും വേണം. രാഷ്ട്രീയ കാരണം കൊണ്ടാണ് രാജി വെക്കുന്നതെങ്കിൽ രാജി തള്ളിക്കളഞ്ഞ് അയാളെ പാർട്ടിയിൽ നിന്ന് പുറത്താക്കേണ്ടതാണ്.

2. പാർട്ടിയിൽ നിന്ന് പുറത്താക്കാൻ തക്കവിധം ഗുരുതരമായ അച്ച ടക്കക്കുറ്റം ആരോപിക്കപ്പെടാൻ ഇടയുള്ള ആളാണ് രാജിവെക്കാൻ ആഗ്രഹിക്കുന്നതെങ്കിൽ ആ കുറ്റാരോപണത്തിൽ കഴമ്പുണ്ടെങ്കിൽ ആ രാജി പാർട്ടിയിൽ നിന്നുള്ള പുറത്താക്കലായി കണക്കാക്കി നടപ്പിൽ വരുത്തേണ്ടതാണ്.
3. അങ്ങനെ പുറന്തള്ളലായി നടപ്പിൽ വരുത്തുന്ന എല്ലാ രാജിക്കാ ര്യങ്ങളും ഉടനടി അടുത്ത മേൽകമ്മിറ്റിക്ക് റിപ്പോർട്ട് ചെയ്യേണ്ടതും ആ കമ്മിറ്റിയുടെ സ്ഥിരീകരണത്തിന് വിധേയമായിരിക്കേണ്ടതു മാണ്.

വിപ്ലവം തൊഴിലായി സ്വീകരിച്ചവരും; ആയിരക്കണക്കിനാളുകളെ വിപ്ലവപ്രസ്ഥാനത്തിൽ സംഘടിപ്പിക്കുന്നവരും, മാർക്സിസ്റ്റ് ലെനിനിസ്റ്റ് സിദ്ധാന്തങ്ങളിൽ അവഗാഹം നേടാൻ ശ്രമിക്കുന്നവരുമാണ് സി പി ഐ (എം) മെമ്പർമാർ എന്നാണല്ലോ ഇതിനർത്ഥം. ഇതാണ് മാർക്സിസ്റ്റ്, ലെനിനിസ്റ്റ് പാർട്ടിയെ ബൂർഷ്വാ-പെറ്റിബൂർഷ്വാ പാർട്ടികളിൽനിന്ന് വേർതി രിച്ചുനിർത്തുന്നത്.

12

പാർട്ടി അച്ചടക്കം

കെ പി സി സി (ഇ) ജനറൽ സെക്രട്ടറിയായിരുന്ന ഷാനവാസി നെയും സംസ്ഥാന മുസ്ലീംലീഗിന്റെ സെക്രട്ടേറിയറ്റ് അംഗമായിരുന്ന പി എം അബൂബക്കറെയും അതാത് സ്ഥാനങ്ങളിൽനിന്ന് നീക്കുന്നതിനുമുമ്പ് അവരോട് സമാധാനം ചോദിക്കുകയോ അവർ കൂടി പങ്കെടുക്കുന്ന യോഗ ത്തിൽ ചർച്ച നടത്തുകയോ ഉണ്ടായിട്ടില്ല.

നേരെമറിച്ച്, സി പി ഐ (എം) സെക്രട്ടേറിയറ്റിൽ അംഗങ്ങളായി രുന്ന എം വി രാഘവൻ, പി വി കുഞ്ഞിക്കണ്ണൻ, പുത്തലത്ത് നാരായ ണൻ എന്നിവരെ സ്ഥാനത്ത് നിന്ന് നീക്കിയത് ഏതാണ്ടൊരു വർഷ ത്തോളം നീണ്ടുനിന്ന ഉൾപ്പാർട്ടി സമരത്തിന്റെ പര്യവസാനമായിട്ടാണ്. ഈയിടെ ഗൗരിയമ്മക്കെതിരായി നടപടി എടുത്തതും മാസങ്ങളോളം നീണ്ടു നിന്ന ഉൾപ്പാർട്ടി ചർച്ചയുടെ ഭാഗമായാണ്.

സി പി ഐ (എം) ന്റെ അച്ചടക്ക നടപടികൾക്കിരയായ ഓരോരു ത്തർക്കും സ്വന്തം നിലപാട് വ്യക്തമാക്കാൻ ധാരാളം അവസരം കിട്ടിയെ ന്നർത്ഥം.

എന്താണ് ഈ വ്യത്യാസത്തിന് കാരണം? അഖിലേന്ത്യാതലത്തിലോ കേരളത്തിലോ ഉള്ള സംഘടനാ പ്രസിഡന്റിന്റെ 'തിരുവായ്ക്കെതിർവാ യില്ലാത്ത' രീതിയിലാണ് കോൺഗ്രസിന്റെ സംഘടനാ പ്രവർത്തനം. പ്രസി ഡന്റാണ് മറ്റ് ഭാരവാഹികളെത്തന്നെ നിശ്ചയിക്കുന്നത്. അപ്പോൾപ്പിന്നെ അവർക്കെതിരെ നടപടി എടുക്കാനും പ്രസിഡന്റിനാണധികാരം. ലീഗി ലാകട്ടെ, രാഷ്ട്രീയനയപരമായ തീരുമാനങ്ങൾ എടുക്കുന്ന കാര്യം പോലും പ്രസിഡന്റിന് വിട്ടുകൊടുക്കുക എന്ന പതിവാണ് അനുസരിച്ചുവരുന്നത്.

സി പി ഐ (എം) ലാകട്ടെ

എ. "ഉന്നതതലം തൊട്ട് താഴെപ്പടിവിവരെയുള്ള എല്ലാ പാർട്ടിഘടക

ങ്ങളും തിരഞ്ഞെടുക്കപ്പെട്ടവയാണ്." നോമിനേറ്റ് ചെയ്യപ്പെട്ട ഒരു ഭാരവാഹിയും പാർട്ടിക്കില്ലെന്നർത്ഥം. അതുകൊണ്ട് ഏതെങ്കിലുമൊരു നേതാവിന്റെ ഇഷ്ടാനിഷ്ടങ്ങൾക്കൊത്ത് നിയമിക്കപ്പെടുകയോ പുറത്താക്കപ്പെടുകയോ ഇല്ല.

ബി. പൊതുജീവിതത്തിലോ പാർട്ടിസംഘടനയിലോ സ്ഥാനമെന്തായാലും പാർട്ടി അംഗങ്ങളെല്ലാം ഒരുപോലെ പാർട്ടി അച്ചടക്കത്തിന് വിധേയരാണ്. പാർട്ടി അംഗത്തിന്റെ മുൻകാല സേവനങ്ങൾ, ത്യാഗങ്ങൾ മുതലായവ എന്തായാലും അച്ചടക്കം ലംഘിക്കുകയാണെങ്കിൽ അവർ നടപടിക്ക് വിധേയരാകുമെന്നർത്ഥം.

സി. ഒരു പാർട്ടി അംഗത്തിനെതിരായി അച്ചടക്ക നടപടിയെടുക്കാനുദ്ദേശിക്കുമ്പോൾ അയാളുടെ പേരിലുള്ള ആരോപണങ്ങളും കുറ്റങ്ങളും ബന്ധപ്പെട്ട മറ്റ് വസ്തുതകളും അയാളെ പൂർണ്ണമായി അറിയിക്കേണ്ടതാണ്. ശിക്ഷാനടപടിക്ക് നിർദ്ദേശിക്കപ്പെട്ട ഏതൊരൾക്കും തന്റെ ഘടകത്തിൽ നേരിട്ട് ഹാജരായി പറയാനും നടപടിയെടുക്കുന്നത് മറ്റേതെങ്കിലും ഘടകമാണെങ്കിൽ തന്റെ വിശദീകരണം അതിന് മുമ്പിലും അവതരിപ്പിക്കാനാവകാശമുണ്ട്. ഏതെങ്കിലും പാർട്ടി അംഗം ഒരേസമയം രണ്ട് ഘടകത്തിൽ അംഗമാണെങ്കിൽ അയാൾക്കെതിരായി അച്ചടക്കനടപടി ശുപാർശ ചെയ്യാൻ കീഴ്ഘടകത്തിനവകാശമുണ്ടായിരിക്കുമെങ്കിലും മേൽഘടകത്തിന്റെ അംഗീകാരമില്ലാതെ അത് നടപ്പിൽ വരികയില്ല. എല്ലാ അച്ചടക്കനടപടികൾക്കുമെതിരായി അപ്പീൽ കൊടുക്കാൻ അംഗങ്ങൾക്കവകാശമുണ്ട്. പാർട്ടിയിൽനിന്ന് പുറംതള്ളലുമായി ബന്ധപ്പെട്ട യാതൊരച്ചടക്ക നടപടിയും തൊട്ടടുത്ത മേൽകമ്മിറ്റിയുടെ സ്ഥിരീകരണം വരുന്നതുവരെ പ്രാബല്യത്തിൽ വരുത്താവുന്നതല്ല. തീരുമാനിക്കുന്നതുവരെ ശിക്ഷിതനായ അംഗത്തെ എല്ലാ പാർട്ടി പ്രവർത്തനത്തിൽനിന്നും ഒഴിച്ചുനിർത്താവുന്നതാണ്. മേൽകമ്മിറ്റിയുടെ അംഗീകാരം ലഭിക്കുന്നതുവരെയുള്ള കാലയളവിൽ പുറത്താക്കപ്പെട്ട അംഗം പാർട്ടി അംഗത്തിൽനിന്ന് സസ്പെന്റ് ചെയ്യപ്പെട്ടതായി കണക്കാക്കപ്പെടണം. ഉപരി കമ്മിറ്റി അതിന്റെ തീരുമാനം ആറുമാസത്തിനകം അറിയിച്ചിരിക്കണം.

പാർട്ടി ഭരണഘടനയുടെ 19-ാം വകുപ്പിന്റെ വിവിധ ഉപവകുപ്പുകളിൽ നിന്നെടുത്തതാണ് മുകളിൽ ഉദ്ധരിച്ചു ചേർത്തിട്ടുള്ള വാചകങ്ങൾ. അച്ചടക്ക നടപടിക്ക് വിധേയനോ വിധേയയോ ആയ സഖാവിന് സ്വയം ന്യായീകരിക്കാൻ വേണ്ടത്ര അവസരവും സമയവും കൊടുത്തിട്ടാണ് സി പി ഐ (എം) ൽ നടപടിയുണ്ടാവുന്നതെന്നർത്ഥം.

ഈ വ്യവസ്ഥകൾ പാലിച്ചതിനാലാണ് എം വി രാഘവൻ, പി വി കുഞ്ഞിക്കണ്ണൻ, പുത്തലത്ത് നാരായണൻ എന്നിവരുടെ മേലുള്ള നടപടി അവസാനിക്കുന്നതിന് ഒരു കൊല്ലത്തോളം സമയമെടുത്തത് ഗൗരിയമ്മയുടെ കാര്യത്തിലും നിരവധി മാസങ്ങളോളം കാലം ആലപ്പുഴ ജില്ലാ

കമ്മിറ്റിയിലും സംസ്ഥാനകമ്മിറ്റിയിലും നടന്ന ചർച്ചകളുടെ അവസാന മാണ് നടപടിയുമുണ്ടായത്. ഇത് 'പാർട്ടിയുടെ ദൗർബല്യമായി' ബൂർഷ്വാ പാത്രങ്ങൾ പ്രചരിപ്പിക്കുകയും ചെയ്തു.

ഈ വരികൾ എഴുതിക്കൊണ്ടിരിക്കുമ്പോഴും "ഗൗരിയമ്മയുടെ പേരിൽ നടപടിയെടുക്കുന്ന കാര്യത്തിൽ വന്ന കാലതാമസ"ത്തെ പരിഹസിച്ചുകൊണ്ട് ബൂർഷ്വാ പത്രങ്ങൾ ധാരാളം എഴുതിക്കൂട്ടുന്നുണ്ട്. പക്ഷേ, പാർട്ടി ഭരണഘടനയിലെ വ്യക്തമായ ഒരു വ്യവസ്ഥ ഒന്നുകിൽ അവർക്കറിയില്ല. അല്ലെങ്കിൽ അറിഞ്ഞിട്ടും അറിയില്ലെന്ന് നടിക്കുന്നു.

കോൺഗ്രസ് സെക്രട്ടറി സ്ഥാനത്തുനിന്ന് ഷാനവാസിനെയും ലീഗ് സെക്രട്ടറിയേറ്റിൽ നിന്ന് അബുബക്കറെയും മാറ്റിയതിൽ ആ രണ്ട് പാർട്ടികളുടെ നേതാക്കൾ കാണിച്ച ധൈര്യം സി പി ഐ (എം) കാണിച്ചില്ലെന്നാണ് അവർ പറയുന്നത്. സത്യമെന്താണ്?

"പാർട്ടി സഖാക്കളുടെ തെറ്റ് തിരുത്താൻ ഉപദേശ പ്രേരണകൾ ഉൾപ്പെടെ മറ്റ് മാർഗ്ഗങ്ങൾ പരാജയപ്പെടുമ്പോഴേ സാധാരണയായി അച്ചടക്കനടപടി എടുക്കാറുള്ളൂ" എന്നും "അച്ചടക്ക നടപടി എടുത്തശേഷം സഖാക്കളെക്കൊണ്ട് അവരുടെ തെറ്റ് തിരുത്താൻ സഹായകരമായ ശ്രമങ്ങൾ തുടരേണ്ടതാണ്" എന്നും പാർട്ടിഭരണഘടനയിൽ വ്യക്തമായി പറയുന്നു.

അതിനർത്ഥം അച്ചടക്കനടപടി എടുക്കുന്ന ഘടകം വേണ്ടത്ര സമയമെടുത്ത് വിശദമായ ചർച്ച നടത്തണമെന്നും ആരോപണ വിധേയനായ സഖാവിന് നല്കാനുള്ള വിശദീകരണത്തിന് ധാരാളം സൗകര്യം കൊടുക്കണമെന്നുമാണ്. ഈ വ്യവസ്ഥ അക്ഷരം പ്രതിയനുസരിച്ചതുകൊണ്ടാണ് എം വി രാഘവനടക്കം മൂന്ന് പേർക്ക് ഒരു വർഷത്തോളവും ഗൗരിയമ്മക്ക് അരവർഷത്തിലേറെയും സമയം കൊടുത്തത്.

ക്ഷമാപൂർവ്വമായ ഈ നടപടി എടുത്തതിനാലാണ് എം വി ആർ പ്രഭൃതികളുടെയും പിന്നെ ഗൗരിയമ്മയുടെയും കൂടെ തുടക്കത്തിൽ നിന്ന പല സഖാക്കളും പിന്നീട് തെറ്റുതിരുത്തി പാർട്ടിയുടെ കൂടെവന്നത്. അതുകൊണ്ടാണ് ഈ രണ്ട് കേസിലും സംസ്ഥാന കമ്മിറ്റിക്ക് ഏകകണ്ഠമായ തീരുമാനമെടുക്കാൻ കഴിഞ്ഞത്.,

എന്തൊക്കെയാണ് അച്ചടക്കനടപടികൾ? പാർട്ടി ഭരണഘടന പറയുന്നു.

എ. "താക്കീത് ചെയ്യുക." (ഏറ്റവും ലഘുവായ ശിക്ഷയാണിത്)

ബി. "ശാസന" (സെൻഷർ) (ഇത് പാർട്ടിക്കകത്ത് മാത്രമുള്ള ശാസനയാണ്)
അതിനേക്കാൾ ഉയർന്ന ശിക്ഷയാണ്.

സി. "പരസ്യശാസന" (നടപടിക്ക് വിധേയനായ സഖാവിനെ സംബന്ധിച്ച വിവരം ജനങ്ങളെ അറിയിക്കുമെന്നർത്ഥം

ഡി. പാർട്ടിയിൽ വഹിക്കുന്ന സ്ഥാനത്തുനിന്ന് നീക്കം ചെയ്യൽ (നീക്കം ചെയ്യപ്പെടുമ്പോൾ ഏത് സ്ഥാനമാണ് പുതുതായി വഹിക്കേണ്ടതെന്ന് ബന്ധപ്പെട്ട പാർട്ടി കമ്മിറ്റി തീരുമാനിക്കും)

ഇ. ഒരു കൊല്ലത്തിൽ കവിയാത്ത ഏതെങ്കിലും കാലയളവിലേക്ക് പൂർണ്ണ അംഗത്വം സസ്പെന്റ് ചെയ്യൽ

എഫ് പാർട്ടിയിൽനിന്ന് പുറംതള്ളൽ

ഇവിടെ അവസാനം പറഞ്ഞ നടപടിയെ സംബന്ധിച്ച് പാർട്ടി ഭരണഘടന വ്യക്തമാക്കുന്നു. അച്ചടക്കനടപടികളിൽവെച്ച് ഏറ്റഴും കടുത്തതാണ് പാർട്ടിയിൽനിന്നും പുറന്തള്ളൽ. അങ്ങേയറ്റത്തെ അവധാനതയോടും പര്യാലോചനയോടും ന്യായാന്യായ വിവേചനത്തോടു കൂടിയേ അത് പ്രായോഗിക്കാവൂ" അതുകൊണ്ടാണ് "പുറംതള്ളലുമായി ബന്ധപ്പെട്ട അച്ചടക്ക നടപടികൾക്ക് മേൽകമ്മിറ്റിയുടെ സ്ഥിരീകരണം വേണ" മെന്ന് ഭരണഘടന വ്യക്തമാക്കുന്നത്.

ഈ നിബന്ധനകളിൽ നിന്ന് ഒരു കാര്യം വ്യക്തമാവും: പാർട്ടിയിൽ എത്ര ഉയർന്ന സ്ഥാനം വഹിക്കുന്ന സഖാവും അച്ചടക്കനടപടിക്ക് വിധേയനാണെങ്കിലും ഏറ്റവും താഴെക്കിടയിൽ നില്ക്കുന്ന സഖാവിനെപ്പോലും, വിശദീകരണം ചോദിക്കാതെയോ കൂട്ടായ ചർച്ച നടത്താതെയോ നടപടിക്ക് വിധേയനാക്കികൂടാ. ഇതാണ് തൊഴിലാളിവർഗ്ഗ വിപ്ലവപാർട്ടിയും ബൂർഷ്വാ പാർട്ടികളും തമ്മിലുള്ള വ്യത്യാസം. അതിന്റെ തെളിവാണ് കോൺഗ്രസ് (ഇ), മുസ്ലീംലീഗ് എന്നീ പാർട്ടികളിൽ നടന്ന അച്ചടക്ക നടപടികളും സി പി ഐ (എം) ലേതും തമ്മിലെ വ്യത്യാസം.

ഇവിടെ പരാമർശിക്കപ്പെട്ട ഭരണഘടനാ നിബന്ധനകളുടെ സത്ത് മനസ്സിലാവണമെങ്കിൽ, പാർട്ടി അച്ചടക്കം സംബന്ധിച്ച താത്ത്വികവീക്ഷണം എന്താണെന്നുകൂടി മനസ്സിലാക്കണം. ഭരണഘടനയുടെ 19-ാം വകുപ്പ് പറയുന്നു.

> പാർട്ടിയുടെ ഐക്യം നിലനിർത്തുന്നതിനും ശക്തിപ്പെടുത്തുന്നതിനും കരുത്തും സമരശേഷിയും പ്രശസ്തിയും വർദ്ധിപ്പിക്കുന്നതിനും ജനാധിപത്യ കേന്ദ്രീകരണതത്ത്വം നടപ്പിൽ വരുത്തുന്നതിനും അച്ചടക്കം അനുപേഷണീയമാണ്. പാർട്ടി അച്ചടക്കം കർശനമായി പാലിക്കാതെ സമരത്തിനും പ്രവർത്തനത്തിനും ബഹുജനങ്ങളെ നയിക്കാനോ അവരോടുള്ള ഉത്തരവാദിത്വം നിർവ്വഹിക്കാനോ പാർട്ടിക്ക് കഴിയുകയില്ല

കൂടാതെ, പാർട്ടിയുടെ ലക്ഷ്യങ്ങളും പരിപാടികളും നയങ്ങളും ബോധപൂർവ്വം അംഗീകരിക്കുന്നതിൽ അധിഷ്ഠിതമാണ് പാർട്ടി അച്ചടക്കം.

അതായത്, ജനകീയ ജനാധിപത്യ വിപ്ലവത്തിനു വേണ്ടിയുള്ള സമരത്തിനുള്ള ഏറ്റവും മൂർച്ചയേറിയ ആയുധമാണ് പാർട്ടി. അതിന്റെ നിലനില്പിനാവട്ടെ അച്ചടക്കം അനുപേക്ഷണീയമാണുതാനും. പക്ഷേ, അച്ചടക്കത്തിന് ജനാധിപത്യപരമായ കേന്ദ്രീകരണത്തിന്റെ അടിത്തറയുണ്ട്.

'എതിർവായ'യില്ലാത്ത 'തിരുവായ' തൊഴിലാളിവർഗ്ഗ പാർട്ടിലില്ല. മാർക്സിസം ലെനിനിസത്തിന്റേതായ ഈ വീക്ഷണം കോൺഗ്രസ് (ഇ) ക്കോ മുസ്ലീം ലീഗിനോ ഉണ്ടാവുമെന്ന് പ്രതീക്ഷിക്കാൻ വയ്യല്ലോ.

13

പാളിച്ചകൾ തിരുത്തി മുന്നോട്ട്

സംഘടനയെ സംബന്ധിച്ച പ്രശ്നങ്ങളാണല്ലോ ഇതേവരെ ചർച്ച ചെയ്തത്. പാർട്ടി മെമ്പറും അയാളുടെ ഘടകവും തമ്മിൽ, ഓരോ ഘടകത്തിലും പെട്ട ഭൂരിപക്ഷവും ന്യൂനപക്ഷവും തമ്മിൽ കീഴ്ഘടകങ്ങളും മേൽഘടകങ്ങളും തമ്മിൽ– ഈ വിവിധതലങ്ങളിൽ ഉള്ളതും ഉണ്ടാവേണ്ടതുമായ ബന്ധം സവിസ്തരം പരിശോധിച്ചു. ഈ മേഖലയിൽ പല പാളിച്ചകളും ഉണ്ടെന്ന് പാർട്ടിയുടെ സാൽക്കിയ രേഖകളിൽ വ്യക്തമാക്കിയിട്ടുണ്ട്. അവയിൽ പ്രധാനപ്പെട്ട ചിലത് ഊന്നിപ്പറഞ്ഞുകൊണ്ട് ഈ ലഘുലേഖ ഉപസംഹരിക്കാം.

സാമൂഹ്യവും സാമ്പത്തികവും സാംസ്കാരിവും രാഷ്ട്രീയവുമായ ഏകീകൃതമായ ഒരു രാജ്യമാണ് ഇന്ത്യ. അതിന്റെ ഭരണത്തിലിരിക്കുന്നത് ബൂർഷ്വാ നേതൃത്വത്തിലുള്ള ചൂഷകവർഗ്ഗങ്ങളാണ്. അവക്ക് കേന്ദ്രീകൃതമായ ഒരു രാഷ്ട്രീയ സംഘടനയും ഭരണസംവിധാനവുമുണ്ട്. അതിനെ നേരിട്ട് എതിർത്ത് തോല്പിക്കണമെങ്കിൽ തൊഴിലാളിവർഗ്ഗത്തിനും അതിന്റേതായ കേന്ദ്രീകൃത രാഷ്ട്രീയ സംഘടനയുണ്ടാവണം. ഈ സത്യം മനസ്സിലാക്കാതെ, സംസ്ഥാനങ്ങളും ജില്ലകളും പ്രദേശങ്ങളുമെല്ലാം തന്നിഷ്ടം പോലെ പ്രവർത്തിക്കാനുള്ള പ്രവണതയെ സാൽക്കിയ സമ്മേളനം ഫെഡറലിസമെന്ന് വിളിക്കുന്നു. അതിനെതിരെ ഉറച്ചു നിന്ന് പോരാടാൻ സമ്മേളനം ആഹ്വാനം ചെയ്യുന്നു.

അതേയവസരത്തിൽ, തൊഴിലാളിവർഗ്ഗ വിപ്ലവപ്പാർട്ടിയുടെ കേന്ദ്രീകൃത നേതൃത്വം ഉൾപ്പാർട്ടി ജനാധിപത്യത്തെ ആസ്പദമാക്കിയതാണ്. കേന്ദ്രകമ്മിറ്റിതൊട്ട് മേൽഘടകങ്ങളോരോന്നും തീരുമാനിക്കുന്നതും നിർദ്ദേശിക്കുന്നതും നടപ്പിൽ വരുത്താൻ കീഴ്ഘടകങ്ങൾക്ക് ബാദ്ധ്യതയുള്ളതുപോലെ അഖിലേന്ത്യാതലത്തിലുള്ള നയരൂപീകരണത്തിൽ

തന്നെ സജീവമായ പങ്കുവഹിക്കാൻ ഓരോ നിലവാരത്തിലുമുള്ള കീഴ്ഘടകങ്ങൾക്ക് അധികാരമുണ്ട്. അതുകൊണ്ടാണ് പാർട്ടി ഭരണഘടന നിരന്തരമായ വിമർശന സ്വയം വിമർശന പ്രക്രിയക്ക്- കീഴെനിന്നുള്ള വിമർശനത്തിന് വിശേഷിച്ചും- പ്രാധാന്യം നല്കുന്നത്. ഇതിനെ ലംഘിക്കുന്നത് ഉദ്യോഗസ്ഥ മേധാവിത്തപ്രകരമായ കേന്ദ്രീകരണമാണ്. അതിനെതിരെ നിതാന്തജാഗ്രത പുലർത്തേണ്ടതുണ്ട്.

ഇതിന്റെ ഭാഗമായാണ് പാർട്ടി മെമ്പർമാർക്ക് ഇന്നിന്ന അവകാശങ്ങളുണ്ടെന്നും ഇന്നിന്ന കടമകൾ അവർ നിറവേറ്റേണ്ടതുണ്ടെന്നും പാർട്ടി ഭരണഘടന വ്യക്തമായി വ്യവസ്ഥപ്പെടുത്തിയിട്ടുള്ളത്. പാർട്ടി മെമ്പർമാരുടെ അവകാശങ്ങൾ നിഷേധിക്കാനുള്ള പ്രവണത നേതൃത്വതലത്തിൽ നിന്നും കടമകൾ വിസ്മരിക്കാനുള്ള പ്രവണത കീഴെ നിന്നും വരുന്നതിനെതിരെ നിതാന്ത ജാഗ്രത പുലർത്തേണ്ടതുണ്ട്.

അവകാശങ്ങളും കടമകളും പ്രയോഗത്തിൽ വരുമെന്ന് ഉറപ്പുണ്ടാക്കുന്നതിനുള്ള വ്യവസ്ഥയാണ് പാർട്ടി സംഘടനയുടെ ഓരോ നിലവാരത്തിലും കൂട്ടായ നേതൃത്വവും വ്യക്തിപരമായ ഉത്തരവാദിത്വവും ഇത് രണ്ടിനെയും ലംഘിച്ച് സംഘടനയുടെ ഓരോ നിലവാരത്തിലും വ്യക്തി മേധാവിത്വം വളരാനിയുള്ളതും സാൽക്കിയ രേഖ ചൂണ്ടിക്കാണിക്കുന്നു. കമ്മിറ്റിക്കുപകരം സെക്രട്ടേറിയറ്റ്, സെക്രട്ടേറിയറ്റിനുപകരം സെക്രട്ടറി എന്ന നിലയിൽ കൂട്ടായ നേതൃത്വത്തെ നിഷേധിക്കുന്ന പ്രവണത വ്യാപകമാണെന്ന് സാൽക്കിയ രേഖ ചൂണ്ടിക്കാണിച്ചു. നേരെമറിച്ച് കമ്മിറ്റിയുടെ കൂട്ടായ തീരുമാനങ്ങൾ നടപ്പാക്കാനുള്ള വിമുഖതയുമുണ്ട്.

വർഷംതോറുമുള്ള അംഗത്വ പരിശോധന, അച്ചടക്ക പ്രശ്നം ഉയർന്നുവരുമ്പോഴുണ്ടാകുന്ന നടപടികൾ എന്നിവയുടെ കാര്യത്തിൽ അതാതുമായി ബന്ധപ്പെട്ട സഖാക്കൾക്കുള്ള അവകാശത്തെ മറികടന്ന് കമ്മിറ്റിയിലോ സെക്രട്ടേറിയറ്റിലോ ഉള്ള നേതാക്കളുടെ തന്നിഷ്ടമനുസരിച്ച് പ്രവർത്തിക്കാനുള്ള പ്രവണതയുണ്ട്. നേരെമറിച്ച്, വ്യവസ്ഥാപിതമായ രീതിയിൽ അംഗത്വ പരിശോധന നടത്തുന്നതിനെയും അച്ചടക്ക നടപടികളെടുക്കുന്നതിനെയും ചോദ്യം ചെയ്യാനുള്ള പ്രവണതയുമുണ്ട്. ഇത് രണ്ടിനേയുമെതിർത്ത് മെമ്പർമാർക്കുമുള്ള അവകാശം സംരക്ഷിക്കുന്നതോടൊപ്പം അംഗത്വ പരിശോധനയിൽ ഒഴിവാക്കേണ്ടവരുടെയും അച്ചടക്ക പ്രശ്നങ്ങളിൽ നടപടി എടുക്കേണ്ടവരുടെയും കാര്യത്തിൽ യാതൊരു വിട്ടുവീഴ്ചയും ചെയ്യാതിരിക്കുക കൂടി വേണം.

ഇവിടെ രണ്ട് കാര്യങ്ങൾ പ്രത്യേകം ഓർക്കേണ്ടതുണ്ട്.

ഒന്നാമത്, എത്ര ഉയർന്ന നിലവാരത്തിലുള്ള സഖാവായാലും, എത്ര വലിയ ത്യാഗം പണ്ട് ചെയ്തിട്ടുണ്ടെങ്കിലും ഇന്ന് സജീവമായി പ്രവർത്തിക്കുന്നില്ലെങ്കിൽ അംഗത്വപരിശോധനയിൽ ഒഴിവാക്കപ്പെടുകതന്നെ വേണം. അച്ചടക്കനടപടികളുടെ കാര്യത്തിലും ഉൾപ്പാർട്ടി ജനാധിപത്യത്തിന്റെ അടിസ്ഥാനത്തിൽ ആവശ്യമുള്ള നടപടികൾ എടുക്കുന്നതിൽ യാതൊരു വിട്ടുവീഴ്ചയും ചെയ്തുകൂട.

രണ്ടാമത്, എത്ര എളിയ നിലവാരത്തിൽ നില്ക്കുന്ന സഖാവായാലും അംഗത്വ പരിശോധനയുടെ ഫലമായി പേർ വെട്ടുകയോ അച്ചടക്കനടപടികളെടുക്കുകയോ ചെയ്യുന്നതിനുമുമ്പ് ആ സഖാവിന് വിശദീകരണം നല്കാൻ പൂർണ്ണമായ അവസരം നലക്ണം.

ഇത്തരത്തിൽ വ്യാപകമായ ഉൾപ്പാർട്ടി ജനാധിപത്യവും കർശനമായ കേന്ദ്രീകൃത നേതൃത്വവും നിലനിർത്തിക്കൊണ്ട് പാർട്ടി മെമ്പർമാരുടെ അവകാശങ്ങൾ സംരക്ഷിക്കുകയും അവരെക്കൊണ്ട് കടമകൾ നിറവേറ്റിക്കുകയും ചെയ്താൽ മാത്രമേ പാർട്ടിക്ക് വിശാലമായ ജനകീയൈക്യം കെട്ടിപ്പടുത്ത് ജനകീയ ജനാധിപത്യ വിപ്ലവത്തിലേക്ക് മുന്നേറാൻ കഴിയൂ.

Printed by Libri Plureos GmbH in Hamburg,
Germany